அமெரிக்காவில் கிச்சா

கிரேஸி மோகன்

பிறந்து, வளர்ந்து, படித்ததெல்லாம் சென்னை என்றாலும், கிரேஸி மோகனின் பூர்வீகம் கும்பகோணம்.

பொறியியல் படித்துவிட்டு, சுந்தரம் க்ளேய்ட்டனில் பத்தாண்டுகள் பணியாற்றி இருந்தாலும், அக்னிக் குஞ்சு மாதிரி மனத்துக்குள் நாடகக் கனவுகள் விடாது சுட்டுக் கொண்டிருந்ததால், வேலையை விட்டுவிட்டு 1985ல் முழு நேர எழுத்தாளர் ஆனார். ஆனந்த விகடன் பத்திரிகையில் ஓரிரு வருடங்கள் உதவி ஆசிரியராகப் பணியாற்றிய அனுபவம், கிரேஸி மோகனுக்கு வெகுஜன ரசனையை மிக நெருக்கமாகப் புரிந்துகொள்ள உதவியிருக்கிறது.

இதுவரை 25 நாடகங்களுக்கும் 35 திரைப்படங்களுக்கும் கதை, வசனம் எழுதியிருக்கிறார். மோகனின் நாடகங்கள் சுமார் பத்தாயிரம் முறை மேடையேறி இருக்கின்றன.

தமிழக அரசின் 'சிறந்த மேடைநாடகக் குழு' விருது, தேவன் நினைவு விருது போன்றவை கிரேஸி மோகனின் எழுத்துக்குக் கிடைத்திருக்கும் கௌரவங்கள்.

கிரேஸி மோகனின் பிற நூல்கள்

கே.பி.டி. சிரிப்புராஜ சோழன்

மிஸ்டர் கிச்சா

கிரேஸி மோகனின் பிற நூல்கள்

கே.பி.டி. சிரிப்புராஜ சோழன்

மிஸ்டர் கிச்சா

அமெரிக்காவில் கிச்சா

கிரேஸி மோகன்

அமெரிக்காவில் கிச்சா
Americavil Kicha
Crazy Mohan ©

First Edition : March 2006
128 Pages
Printed at Repro Knowledgecast Limited, Thane.

ISBN 978-81-8368-108-7
Kizhakku - 109

Kizhakku Pathippagam
177/103, First Floor,
Ambal's Building, Lloyds Road,
Royapettah, Chennai 600 014.
Ph: +91-44-4200-9603

Email : support@nhm.in
Website : www.nhm.in

Kizhakku Pathippagam is an imprint of New Horizon Media Private Limited.

முன்னுரை

என்னுடைய நாடகங்களைப் பார்ப்பவர்கள், படிப்பவர்களில் சிலர், 'நாடகம் முடிந்ததும் மறந்துவிடுகிறதே?' என்று அங்கலாய்ப்பார்கள். கிச்சா பாணியில் பதில் சொல்லவேண்டுமென்றால், 'நகைச்சுவையே எல்லா வற்றையும் மறக்கடிப்பதற்காகத்தானே?'.

கிரேஸி க்ரியேஷன்ஸ் நாடகக் குழு தொடங்கி முதல் 'அவுட் டோர்' ஸ்ரீரங்கத்தில். உறவினர்களும் நண்பர்களும் ஸ்ரீரங்கம் வரை ரயில் கூடவே ஓடிவந்து வழியனுப்பினார்கள். இதே குழு மூன்றுமுறை தலா நாற்பது ஷோ மேனிக்கு அமெரிக்காவில் நாடகம் போட்டதில் ஸ்ரீரங்கநாதனுக்கு உள்ள அதே அளவு பங்கு ஸ்ரீனிவாசனுக்கு உண்டு.

ஸ்ரீனிவாசன் என்கிற வாசு என் பால்ய நண்பன். குழுவின் ஸ்தாபகன், காரியதரிசி, கூர்க்கா, வாட்ச்மேன் எல்லாம் அவன் தான். நாங்கள் வெளியூர் செல்லும்போதெல்லாம் இவன்தான் ரயில் டிக்கெட் புக் செய்வான். 1999-ல் முதல்முறை எங்களுக்கு அமெரிக்கா செல்ல வாய்ப்பு வந்தபோது, வாசு செய்த முதல் காரியம், 'அமெரிக்காவுக்கு எந்த ரயில் போகும்?' என்று எக்மோருக்குப் போய் விசாரித்ததுதான். ஒருவழியாக யார் யாரோ தடுத்தாட்கொண்டதன்பேரில் நாங்கள் விமானம் ஏறி அமெரிக்கா சென்று இறங்கியதும், அங்கே என் வெற்றிலை, சீவல் பொட்டலம் எந்த கஸ்டம்ஸ் சோதனையிலும் அகப்பட்டுக்கொண்டு அல்லாடாமல் காப்பாற்றி என் கையில் சேர்த்ததும் அவனே.

2001 செப்டம்பரில் நாங்கள் இரண்டாம் முறை அமெரிக்கப் பயணம் மேற்கொண்ட அனுபவம் விசித்திரமானது.

சென்னையில் நாங்கள் விமானம் ஏறியவுடனேயே அமெரிக்காவில் வர்த்தக மையக் கட்டடங்களைத் தகர்த்த செய்தி வாசுவுக்குத் தெரிந்துவிட்டிருக்கிறது. சொன்னால் எங்கே நான் டென்ஷன் ஆகிவிடப் போகிறேனோ என்று பயந்தே சொல்லாமல் மனசுக்குள்ளேயே முழுப்பூசணிக்காயை மறைத்திருக் கிறான்.

டெல்லியில் இறங்கியதும்தான் எனக்கு விவரமே தெரிந்தது. போன மச்சான் திரும்பிய கதையாக சென்னை திரும்பினோம். வருத்தத்தில் வாசு, 2002

மார்ச்சில் நாங்கள் மறுபடியும் அமெரிக்கா போகும்வரை தன் சூட்கேஸைத் திறக்காமல் அப்படியே வைத்திருந்தான்.

இந்தப் புத்தகத்தில் பார்க்கும் பல சம்பவங்களில் கிச்சாவுக்கு வாசுவின் ஜாடை உற்றுப்பார்த்தால் தெரியும். இரண்டு முறை காரியதரிசியாக வந்த வாசு கடந்த 2004-ல் நாங்கள் மீண்டும் அமெரிக்கா சென்றபோது ஒரு முக்கிய நடிகர் வராததால் நடிகனாக அவதாரம் எடுத்து, பலபேர் வயிற்றில் புளியைக் கரைத்தான்.

ஒரு நாடகத்தை நூறுமுறை போடுவதென்பதே கஷ்டமான காலத்தில் நாங்கள் அமெரிக்காவில் மட்டுமே நூறு முறை நாடகம் போட்டிருக்கிறோம். இதற்கு முக்கியக் காரணகர்த்தாக்கள் இரண்டு பேர். வாசு ஒருவன். அடுத்ததாக எங்களை அமெரிக்காவுக்கு மூன்று முறை வரவழைத்து, வசதியாக நாடகம் நடத்த வழிசெய்த திருமதி பார்க்கவி சுந்தர்ராஜன், நியூஜெர்சி.

விகடனில் என்னுடைய அமெரிக்க அனுபவத்தைப் பயணக்கட்டுரையாக எழுதும்படி ஊக்கப்படுத்தி உயிரை வாங்கிய நிர்வாக ஆசிரியர் வீயெஸ்விக்கு என் நன்றி. கதைகளில் வரும் சம்பவங்களும் பாத்திரங்களும் கற்பனையே என்று பொதுவாகப் பத்திரிகைகளில் போடுவார்கள். வாரம் தோறும் விகடனில் அமெரிக்காவில் கிச்சா வெளிவந்தபோது இது ஒரு பயணக்கட்டுரையா, உண்மைக்கதையா, வெறும் கதையா என்று அவராலேயே கணிக்கமுடியாதபடி ஒரு பரமாத்ம சொரூபம் எடுத்துவிட்டது.

இதில் நிஜம் ஒன்றுதான். நகைச்சுவைக்கு இடம் கொடுத்த விகடன்; பகைச்சுவை இல்லாத கிச்சா!

– கிரேஸி மோகன்

கிரேஸி கிரியேஷன்ஸ் நாடகக்குழு ஆரம்பித்து, இருபது வருடங்களாக - சராசரியாக கார்ப்பரேஷன் குழாய் கணக்கில் ஒரு நாள் விட்டு ஒரு நாள் ஏதாவது ஒரு சபாவில் (லோக்சபா, ராஜ்ய சபா தவிர) நாடகம் போட்டுக் கொண்டிருக் கிறேன். இது தவிர மும்பை, டெல்லி, கொல் கத்தா இன்னும் இந்தியா மேப்பில் இல்லாத ஊர்களுக்கெல்லாம்கூட தெருத்தெருவாகப் போய் அந்த ஊர்வாசிகளை சிந்திக்க முடியாத அளவுக்கு சிரிக்கவைத்திருக்கிறேன். பத்தாத குறைக்குப் பவளக்கொடியாக சிங்கப்பூர், ஹாங் காங், இந்தோனேஷியா, ஸ்ரீலங்கா, குவைத் என்று தண்ணீர்க் கண்டம் இருந்தும் தைரிய மாகக் கடல் தாண்டி கைதட்டல் வாங்கியிருக் கிறேன்.

இத்தனை சாதித்தும் இதையெல்லாம் பொருட் படுத்தாத சில விவகாரமான பேர்வழிகள் வக்கிரமாக, ''என்ன, கல்யாணமாகி இருபது வருஷமாச்சு. விசேஷம் ஒண்ணும் இல்லை போலிருக்கு?'' என்று நக்கலாகக் கேட்கும் பெருசுகளைப் போல, ''என்ன, ட்ரூப் ஆரம்பிச்சு இருபது வருஷமாச்சு. உன்னை ஏன் அமெரிக் காவுல டிராமா போடக் கூப்பிடலை?'' என்று கேட்டுவிட்டு, என்னமோ வீட்டைவிட்டு ஓடி வந்து விவாகம் ஆகாமலேயே விதவையாகி நிற்கும் கதாநாயகியைப் பார்த்து உசுப்பிவிட்டு, என் பதிலுக்குக்கூடக் காத்திராமல் ஓடிவிடு வார்கள்.

1

இப்படியாக, எனது அமெரிக்கா மசக்கை நாளொரு குமட்டலும் பொழுதொரு வாந்தியு மாக ஜாஸ்தியாகி, கடந்த இரண்டு

வருஷங்களாக கனவில்கூடச் சொப்பனாவஸ்தையாகத் துரத்த ஆரம்பித்தது. சாம்பிளுக்கு ஒரு கனவு. கிளிண்டன் ஃபைன் ஆர்ட்ஸுக்காக வாஷிங்டனில் நான் நாடகம் போடப் போகிறேன். திரை விலகியதும் முதல் ரோவில் மோனிகா லெவின்ஸ்கி. மோனிகா என்னைப் பார்த்து, ''மோகன், நான் உங்கள் ரசிகை, மோனிகா என்ற எம்பேரை மோகனிகா என்று மாத்திண்டுட் டேன்'' என்று கூவ அப்போது அரங்கத்தில் கிளிண்டன் நுழைந்து, ''அடிப் பாவி, மோனிகா கள்ளி, ஊராரின் ஏச்சக்கும் பேச்சுக்கும் என்னை ஆளாக்கி விட்டு, இங்கு ஒய்யாரமாக கிரேஸியின் நாடகம் பார்க்கிறாயே'' என்று 'மனோகரா' தமிழில் முழங்கிவிட்டு, நாடகத்தை நிப்பாட்டி, எங்கள் குழுவினரின் பாஸ்போர்ட்டைப் பிடுங்கி, பலாத்காரமாக எங்களை

வாஷிங்டனில் இருந்து சேத்தியாத்தோப்பு வழியாக கடல்மார்க்கமாகச் சென்னைக்கு அனுப்பிவிட்டார்!

விரக்தியில் பாரதியாரின் நாட்டுப்பற்றை நாடகப் பற்றாக மாற்றி, 'என்று தணியும் எந்தன் அமெரிக்க தாகம், என்று நடக்கும் அங்கு என்னோட நாடகம்' என்று அடிமனசுக்குள் சுநாதமாக ஈஸ்வரத்தில் நான் புலம்பிக்கொண்டிருந்த ஒரு பிரபஞ்சமே நடுங்கும் மூர்த்தண்யமான மழைக்கால அமானுஷ்ய அர்த்த ராத்திரியில் (ஹி ஹி இலக்கிய அந்தஸ்துக்காக இந்தப் பிரயோகங்கள்!) எனக்கு திருவல்லிக்கேணி, சிங்கராச்சாரி தெருவில் குடியிருக்கும் எனது பால்ய நண்பனும் பர்மனென்ட் சத்ருவுமான மிஸ்டர் கிச்சாவின் தாய்வழிப் பாட்டியான எச்சுமிப்பாட்டி நினைவுக்கு வந்தாள். சமகால திருவல்லிக்கேணி பாட்டிகளால் செல்லமாக 'எச்சு' எனப்படும் அவளுக்கு நாக்கில் 'சச்சு' (சரஸ்வதி). இதனால் நிறைவேறாத ஆசை உள்ளவர்கள் எச்சுமிப்பாட்டியின் ஆணிக்கால் பாதத்தில் சாஷ்டாங்கமாக விழுந்து நமஸ்காரம் செய்து, ஆசிர்வாதம் வாங்கினால் போதும். இண்டர்நெட், ஈமெயில் வேகத்தில் பாட்டியின் ஆசிர்வாதம் பலித்து, பாதத்தில் விழுந்தவர்கள் வேண்டியது, 'பீட்ஸா' போல 'டோர் டெலிவரி' செய்யப்படும்.

உதாரணத்துக்கு, எனது கல்லூரி நண்பர் ராமாமிருதம் தலையில் மக்கால் உலகத்தை மேப்பாக வரையலாம். அந்த அளவுக்கு அப்பழுக்கில்லாத வழுக்கை. தலைவழுக்கை அவமானத்தோடு குனிந்த தலை நிமிரிராமல் திருவல்லிக்கேணி மாடவீதியில் நடந்து வந்த ராமாமிருதம், வாழைப்பழத்தோல் சறுக்கி எச்சுமிப்பாட்டியின் பாதத்தில் விழுந்தார்.

ராமாமிருதத்தின் மனக்குறையை தனது மகிமையால் புரிந்துகொண்ட எச்சுமிப்பாட்டி, ''அமோக ரோம ப்ராப்திரஸ்து' என்று ஆசீர்வதிக்க, பத்தே நாளில் உச்சந்தலையில் ஆரம்பித்து உள்ளங்கை, உள்நாக்கு, உள்பாதம் என்று கரடிக்கணக்கில் முடி வளர்ந்து ராமாமிருதம் ரோமாமிருதம் ஆனார்!

எச்சுமிப்பாட்டி நினைவுக்கு வந்ததும் ''கண்டேன் அமெரிக்காவை'' என்று கொலம்பஸ் கணக்கில் கத்திவிட்டு, நடுராத்திரி என்றுகூடப் பார்க்காமல் திருவல்லிக்கேணிக்கு நாய் துரத்துவது போல நுரைதப்ப ஓடினேன்.

தூக்கத்தில் இருந்த எச்சுமிப்பாட்டியை எழுப்பித்தூணோடு தூணாகச் சாய்த்து, பேலன்ஸ் பண்ணி நிற்கவைத்து, அவள் பாதத்தில் விழுந்து நமஸ் கரித்தேன்.

நான் சொல்லாமலே அந்தத் தூக்கக் கலக்கத்திலும் எனது அமெரிக்கா ஆதங்கத்தைப் புரிந்துகொண்ட எச்சுமிப்பாட்டி, கண்முழித்துக் கணீரென்ற குரலில் ''அமெரிக்கா ப்ராப்திரஸ்து'' என்று ஆசீர்வதித்தாள்.

அப்போதுதான் அந்த அசம்பாவிதம் நிகழ்ந்தது. அருகே, 'இருக்கானா? இல்லை, ஒரேடியாகப் போயிட்டானா?' என்று நினைக்கும் அளவுக்குப் பதனப்படுத்தப்பட்டு மம்மியில் வைத்த எகிப்து அரசரைப் போல ஆடாமல் அசையாமல் அதுவரை 'சவமே' என்று படுத்திருந்த கிச்சா, ''அமெரிக்கா

ப்ராப்திரஸ்து'' என்று எச்சுமிப்பாட்டி ஆசீர்வதிக்கும்போது புரண்டு குப்புறப்படுத்து, என்னோடு சேர்ந்து பாட்டியை நமஸ்காரம் செய்து தொலைத்துவிட்டான். எச்சுமிப்பாட்டியின் தெய்வீக ஆசீர்வாத 'ரூல்ஸ் அண்ட் ரெகுலேஷன்'படி நான் நாடகம் போட அமெரிக்கா போனால், கூடவே கிச்சாவையும் அழைத்துக்கொண்டு போகவேண்டுமாம். இல்லா விட்டால், ஆசிர்வாதம் வொர்க் அவுட் ஆகாதாம்! இதை பாட்டி எனக்குத் தெளிவுபடுத்தினாள். அந்த நேரம் பார்த்து டெலிபோன் மணி அடித்தது.

நமஸ்கார போஸிலிருந்த கிச்சா போனை எடுத்துப் பேசிவிட்டு, ''மோகன், உன் தம்பி பாது மாலாஜி'' என்று உளறினான்.

''மோகன், நான்தான் பாலாஜி. நியூ ஜெர்ஸிலேர்ந்து பார்கவி சுந்தர்ராஜனும் சான்பிரான்சிஸ்கோவிலேர்ந்து கண்ணப்பனும் பேசினாங்க. கிரேஸி கிரியே ஷன்ஸ் அமெரிக்கால டிராமா போடணுமாம். மொத்தம் முப்பது ஷோ. ஆனா, நம்மட்ரூப்லேர்ந்து பன்னண்டு பேர்தான் வரலாமாம்'' என் வேதனை புரியாத என் தம்பி, அமெரிக்கா போகும் சந்தோஷத்தில் போனை வைத்துவிட்டான்.

எச்சுமிப்பாட்டி ஆசிர்வாதம் செய்த அடுத்த செகண்ட் அமெரிக்காவிலிருந்து அழைப்பு. காக்கை உட்காரப் பனம்பழம் விழலாம். ஆனால், அருள்மிகு எச்சுமிப்பாட்டி ஆசீர்வதித்தால் பனைமரமே விழுகிறதே! 'ஆயிரம் இருந்தும், வசதிகள் இருந்தும், நோ பீஸ் ஆஃப் மைண்ட்' என்கிற மாதிரி, அமெரிக்கா செல்லும் வரம் கொடுத்த பாட்டி, கூடவே இந்த வேதாளம் கிச்சாவைக் கூட்டிச்செல்லும் சாபத்தையும் கொடுத்துவிட்டாளே!

''தோ பார்டா மோகன், மனசைப் போட்டுக் குழப்பிக்காதே. கிச்சாவை அழைச்சுண்டு போ அமெரிக்காவுக்கு. உனக்கும் கூடமாட ஒத்தாசையா இருப்பான்'' என்றாள் எச்சுமிப்பாட்டி.

'கூடமாட ஒத்தாசையாக இருக்க, நான் என்ன அமெரிக்காவுக்கு பத்துப் பாத்திரமா தேய்க்கப்போறேன்' என்று கடுப்பாகச் சொல்ல நினைத்த நான், எங்கே பாட்டி ஆசிர்வாதத்தை வாபஸ் வாங்கிக்கொண்டு விடுவாளோ என்ற பயத்தில், ''அது இல்லை பாட்டி, பன்னண்டு பேர்தான் வரலாமாம். கிச்சாவையும் சேர்த்தா பதிமூணு ஆயிடுதே'' என்றேன் தயங்கியபடி.

''தோ பார், ஆசிர்வாதம் முழுமையா பலிச்சு நீ அமெரிக்கா போகணும்னா, கிச்சாவும் உன்கூட வந்தாகணும். நான் சொல்றதைச் சொல்லிட்டேன். அப்புறம் உன் சவுகரியம்'' என்று கூறிவிட்டு, 'ஹாரர்' படத்தில் வரும் டிராகுலா போல முகத்தை வைத்துக்கொண்டாள்.

இதையெல்லாம் ஒட்டுக்கேட்டுக் கொண்டிருந்த கிச்சா, ''பாட்டி, இப்பவே மோகன்கிட்ட ஸ்ட்ரிக்டா சொல்லிடு, பிளேன்ல எனக்கு லோயர் பெர்த் வேணும்ன்னு. இதுக்கு ஒப்புக்கலேன்னா, ஆசிர்வாதத்தை வாபஸ் வாங்கிண்டுடு'' என்றான்.

கிச்சாவைக் கழட்டிவிட கடைசி ஆயுதமாக, ''பாட்டி, கிச்சாவுக்கு பாஸ்போர்ட் இல்லையே?'' என்று நான் முடிப்பதற்குள், எச்சுமிப்பாட்டி,

கிச்சாவின் பாஸ்போர்ட்டைக் காண்பித்தாள். ''கிச்சா ஏழாம் கிளாஸ் எட்டு தடவை எழுதி, ஒன்பது தடவை ஃபெயிலாயிருக்கான். டைப்ரைட்டிங் கிளாஸ்ல சேத்தா, அங்கயும் ஃபெயில். அவன் சம்பந்தமா 'பாஸ்'னு ஏதாவது ஒண்ணு இருக்கணுமேங்கற ஆசைல போனவாரம்தான் நான் அவனுக்கு பாஸ்போர்ட் அப்ளை பண்ணி வாங்கித் தந்தேன். பாரு, இப்ப நீ கிச்சாவை அமெரிக்காவுக்கு அழைச்சுண்டு போறேங்கறே'' - என்னைப் பேசவிடாமல் எச்சுமிப்பாட்டி, கிச்சாவின் அமெரிக்க விஜயத்தை உறுதிசெய்துவிட்டாள்.

கிரேஸி கிரியேஷன்ஸ் மகாவிஷ்ணு என்றால், அமெரிக்கா போக முடிவு செய்யப்பட்ட அந்தப் பன்னிரண்டு பேரும் பிரபந்தம் பாடாமல் குழுவுக்குத் தொண்டுசெய்த ஆழ்வார்கள். எச்சுமிப்பாட்டியின் ஆசீர்வாதத்தால், இடைச்செருகலாக நுழைந்த கிச்சாவுக்காக எந்த ஆழ்வாரைக் கழட்டி விட்டாலும் அது நான் செய்யும் பஞ்சமா பாதகம் ஆகிவிடும். நரகத்தில் எமதர்மராஜன் என்னை எண்ணெய்க் கொப்பரையில் உட்கார வைத்து 'சீரியஸ்' டிராமா எழுதச்சொல்லி நிச்சயமாக இம்சிப்பான். ''என்னடா இது சோதனை, கிரேஸிக்கு வந்த வேதனை'' என்று திருவிளையாடல் டி.எஸ். பாலையா ஸ்டைலில் முனகியபடி வீடு திரும்பினேன். வீட்டு வாசலில் பன்னிரண்டு ஆழ்வார்களில் ஒருவனான 'பார்த்தி' என்கிற பார்த்திபன் நின்றுகொண்டிருந்தான்.

பார்த்தி, சுதந்தரப் போராட்டத்தில் பங்குபெறாததியாகி, சாது. என் கஷ்டத்தைச் சொன்னால் விட்டுக்கொடுப்பான் என்ற தைரியத்தில் நாசுக்காக, ''பார்த்தி இந்த அமெரிக்கா டூர் விஷயத்துல நீ ஒரு ஹெல்ப் பண்ணணும்...'' என்று ஆரம் பிப்பதற்குள், 'பார்த்தி' முந்திக்கொண்டு, ''மோகன், நான் சொல்லவந்ததும் அதேதான், தப்பா எடுத்துக்காத, அமெரிக்காவுக்கு என்னால வரமுடியாது'' என்று கெஞ்சாத குறையாகக் கூறிவிட்டு, ''வீடுகட்ட கிரவுண்ட் கிடைக்க லேன்னு சொல்லிண்டிருந்தேன் இல்லியா, நேத்து ஒரு கல்யாணத்துக்குப் போயிருந்தேன். அங்கு ஒரு கியவி கால்ல ஆளுக்காள் விழுந்துக்கிட்டிருந்தாங்க. சரின்னு நானும் விழுந்தேன். அந்தக் கியவி, ஸாரி, எச்சுமிப்பாட்டி, ஸாரி தெய்வம், என்னைப் பார்த்து, 'தௌஸண்ட் ஃபைவ் ஹண்ட்ரட் ஸ்கொயர் ஃபீட் கிரவுண்ட் கிரகப் பிரவேச ப்ராப்திரஸ்து'னு ஆசிர்வாதம் செஞ்சாங்க. நம்பினாநம்பு, நம்பாட்டி போ. இப்ப நெஞ்சைச்சாக்கூட புல்லரிக்குது. என்கூட பாட்டி கால்ல விழுந்தவர், தன்னோட வளசரவாக்கம் கிரவுண்டை அவசரமா அமெரிக்கா போறதால பாதி விலைக்கு வித்து, பத்திரத்தையும் தந்துட்டுப் போயிட்டார். ரெண்டு மாசத்துல நான் அங்க வீடு கட்டியாகணும். அதனாலதான் சொல்றேன். நான் அமெரிக்கா வரலை'' என்றான்.

தலைவலி மாத்திரை நான்கு வழிகளில் வேலை செய்யும் என்று கேள்விப்பட்டிருக்கிறேன். எச்சுமிப்பாட்டியின் ஆசிர்வாதம் அதற்குமேல் வேலை செஞ்சு, கிச்சா அமெரிக்கா போக வழிசெய்துவிட்டது!

★★★

ஊர் உலகத்தைப் பொருத்தவரை 'ஆர்ட் ஃபிலிம்', 'அஹம்-ப்ரும்மாஸ்மி' ரேஞ்சில் கம்ப்யூட்டர் சென்டரில் ஆரம்பித்து, கையேந்தி பவன் வரைக்கும் ஒரு எழுவும் புரியாமல் குழப்பி பூச்சாண்டி காட்டிக்கொண்டிருக்கும் இந்த 'ஒய்டுகே' பிராப்ளம் ஜனவரி ரெண்டாயிரம் பொறந்தால்தான் ஆரம்பிக்கப் போகிறது. ஆனால், என்னைப் பொருத்தவரையில் எச்சுமிப்பாட்டியின் 'அமெரிக்காப்ராப்திரஸ்து' ஆசீர்வாதத்தால் கிரேஸி கிரியேஷன்ஸ் குழுவோடு சேர்ந்ததுவும் அல்லாமல், அமெரிக்காவில் நாடகத்திலும் நடிக்க எங்களுடன் கம்பளியில் ஈஷிக்கொண்ட காசி அல்வா மாதிரி ஒட்டிக்கொண்ட கடங்காரன் கிச்சா ரூபத்தில் எனக்கு, 'ஒய்டுகே' ('கே' ஃபார் கிச்சா) பிராப்ளம் செப்டெம்பரிலேயே ஆரம்பித்துவிட்டது. இதை எதற்குச் சொல்கிறேன் என்றால் கிச்சா நவாப்ஷெரீப் என்றால், நாடகம் நவராத்திரி (எப்பப்பாரு என்ன குலாம் காதர் – கோகுலாஷ்டமி உதாரணம்). சூயிங்கம், பபுள்கம், ஒட்டகம், ஒட்ட வைக்கும் கம். காத்தாடி நூலுக்கு மாஞ்சா போட யூஸ் படுத்தும் வஜ்ஜிர கோந்து கம், இப்படிப் பல 'கம்'கள் தெரிந்த கிச்சாவுக்கு சுத்தமாகத் தெரியாத 'கம்' நாட 'கம்'.

உதாரணத்துக்கு, சில பல மாதங்களுக்கு ரொம்ப முன்னாடி 'திருவல்லிக்கேணி ஷேக்ஸ்பியர்' என்று கண்ணாடிக்கு எதிரே தலை சீவிக்கொள்ளும்போது தனக்குத் தானே பட்டம் கொடுத்துக்கொண்ட டி.பி. கோயில் தெரு உப்பிலி 'தந்தியில் வதந்தி' என்ற சரித்திர, பூகோள, சோஷியல், சயின்ஸ் ஃபிக்‌ஷன் டிராமா ஒன்று போட்டான். அதில் போஸ்ட்மேனாக நடித்த கிச்சா, வால் மட்டும் மாட்டிவிட்டால் போதும், பார்க்க ஜாடையில் அசல் வானரம் போல்

2

இருக்கும் கதாநாயகனாக நடித்த உப்பிலியைப் பார்த்து 'சார் தந்தி' என்று சொல்வதற்குப் பதிலாக வாய் தவறி 'சார் மந்தி' என்று ஊர் அறிந்த உண்மையை உளறிக்கொட்ட, விலைவாசியைக்கூ பொருட்படுத்தாமல் வெங்காயம், தக்காளி, அழுகாத முட்டை என திருவல்லிக்கேணி வாசிகள் வீசி அடித்து நாடகத்தை நாசம் செய்தார்கள். இப்ப, 'தொட்டதெல்லாம் துவம்சமாகும்' வால் நட்சத்திர வம்பு ராசி கிச்சா அமெரிக்கா வந்து எங்கள் நாடகத்தில் நடிக்கிறேன் பேர்வழி என்று உப்பிலி டிராமாவில் செய்த மாதிரி 'தொல்லை அம்பலக்கூத்தாடினால்' என் மானம் 'டைட்டானிக்' ஏறி மூழ்குமே என்று எண்ணிப் பார்க்கும்போதே என் அடிவயிற்றில் கர்ப்பம் வைரஸ் வந்த கம்ப்யூட்டர் போல கலங்கியது.

தயவுசெஞ்சு கிச்சாவைப் பத்தி தாறுமாறா நான் சொன்னதை எச்சுமிப் பாட்டியோட இடது காதுல போட்டுடாதீங்கோ. (வலது காதுல காசுதான் போடலாம். அந்த அளவுக்கு டமாரம்.) பாட்டிக்குத் தெரிஞ்சுதுன்னா

'அமெரிக்கா ப்ராப்திரஸ்துனு' ஆசிர்வாதத்தை கான்சல் பண்ணி 'அமெரிக்கா ட்ரிப் டிராப்திரஸ்துனு' சபிச்சுருவாள். யெஸ், எச்சுமிப்பாட்டி ஆசிர்வாதம், சாபம் ரெண்டுத்துலேயும் கில்லேடியான பா(ர்)ட்டி.

பாட்டியோட லோ வோல்டேஜ் ஆசிர்வாதம் பலிக்கும்னா, அவளோட ஹை வோல்டேஜ் சாபம் கெலிக்கும். சாம்பிளுக்கு ஒரு சாபம். பாட்டியோட பாப் புலாரிட்டி பிடிக்காத பொச்சரிப்பு புடிச்ச எதிர்வீட்டு ரங்கு மாமா எண்பதில் வளைந்த எச்சுமிப்பாட்டியை 'கூனிக் கிழவி'ன்னு ரகசியமாக திண்ணை திருவேங்கடாச்சாரிகிட்ட சொல்லி கிண்டலடிச்சிருக்கார். பார்த்தசாரதி பெருமாளின் 'பர்சனல் கேர் அண்ட் அஃபெக்ஷனில்' இருக்கும் எச்சுமிப் பாட்டிக்கு இந்த நியூஸ் கனவுல வந்த பூதத்தாழ்வார் மூல்யமா தெரிஞ்சுடுத்து. பாட்டிக்கு வந்தே பாக்கலாம் கோபம் ப்ளஸ் சாபம். பாரதி புகுந்த வீட்டுத் தெருவுல நிமிர்ந்த நன்னடையும் நேர்கொண்ட பார்வையுமாகப் போய்க் கொண்டிருந்த ரங்கு மாமாவை துரத்திண்டு வந்த எச்சுமிப்பாட்டி, அவரோடு சொக்காய் பின்பக்கக் காலரை வேப்பிலைக் கொத்தா பிடிச்சுட்டடி ராஸ்கல், என்னையா கூனின்னு சொன்னே'' என்று கேட்டுவிட்டு எப்படித் தெரிஞ் சுதுனு பாக்கறியா, படுவா இந்த எச்சுமி தூண்லயும் இருப்பா, கூன்லயும் இருப்பா'' என்றவள் ரங்கு மாமாவை முன்பக்கமாக ராமர் வில்லை வளைப்பது போல வளைத்து, ''இனிமே எப்பவும் எதையோ தரைல போட்டுட்டு தேடறவன் மாதிரி ஆயுசு பூரா கூனனாக இருக்கக் கடவது'' என்று திருவல்லிக்கேணியில் வசிக்கும் அத்தனை பேர் கண்களிலும் விழும் அளவுக்கு தெரு மண்ணை வீசி எறிந்து சபித்தாள். படருவதற்கு பாரியின் தேர் கிடைக்காத முல்லைக்கொடி போல முதுகு கொஞ்சம் கொஞ்சமாக வளைய ஆரம்பித்தவர், பாட்டி சபித்த பத்தே நாளில் உச்சந்தலை உள்ளங்காலை தொடும் அளவுக்கு வளைந்து ரங்கு மாமா 'ரங்கூன் மாமா' ஆனார்.

இப்படி கொள்ளவும் முடியாமல், எமகாதகி எச்சுமிப்பாட்டியின் சாபத் துக்குப் பயந்து தள்ளவும் முடியாமல் 'கிச்சா' என்கிற வேலியில போற ஓணானை நான் என் ஜீன்ஸில் எடுத்துப் போட்டுக்கொண்டுவிட்டேன். அட, அட்லீஸ்ட் அந்த ஓணாண் அமெரிக்கா வந்து எக்குத்தப்பாக என்னைக் குடைவதற்கு முன்னால் அதோடு பழகி அதை செல்லப் பிராணியாக்கி, அராத்தாகத் திரிந்துகொண்டிருக்கும் கிச்சா அமெரிக்காவில் எப்படி அமரிக்கையாக நடந்துகொள்ள வேண்டும் என்பதை அவனுக்கு உபதேசிக்க திருவல்லிக்கேணிக்குள் நுழைந்த நான் துவஜஸ்தம்பித்து நின்றேன்.

இரண்டு மாட வீதிகள் கூடும் ஈசான்ய மூலையில், ஹில்லாரி கிளிண்டனும் மோனிகா லெவின்ஸ்கியும் பொறாமையில் ''அடி என் சக்களத்தி கிச்சா'' என்று கூவி முகவாய்க்கட்டையை முறையே வலது, இடது தோளில் இடித்துக் கொள்ளும் அளவுக்கு, பஜார் தெரு பெயிண்டர் ஐபமணி கைவண்ணத்தில் கிளிண்டனும் கிச்சாவும் ஆலிங்கனம் செய்தபடி ஆஜானுபாகுவான அடியாள் உயர கட் அவுட் வைக்கப்பட்டிருந்தது. கட் அவுட்டுக்கு கீழே 'பில்-கிளிண்டன் ரசீது-கிச்சா' என்று எழுதப்பட்டிருந்தது என்னை ஏகமாகக் குழப்பியது. விசாரித்ததில் தெரிந்தது. மாங்காய் மடையன் ஐபமணி பில்

கிளிண்ட்டனை ஹோட்டலில் பில் போடும் சர்வர் என்று நினைத்து, பார்த்தசாரதி பெருமாள் கோயிலில் அர்ச்சனைக்கு கவுண்டரில் ரசீது கொடுக்கும் கிச்சாவை ரசீது-கிச்சா என்று விசுவாசத்தோடு எழுதியிருக்கிறான்.

இது போதாதென்று கோயில் சுவரில் ஆரம்பித்து குட்டிச்சுவர் வரைக்கும் 'எஜமான்' ரஜினி ஸ்டைலில் கிச்சா நடந்துவரும் போட்டோவை போட்டு,

'பாயும் புலியே
மேயும் பசுவே
சீறும் சிங்கமே
ஊறும் நத்தையே
கூவும் குயிலே
தாவும் அணிலே'

என்று ஒரு பிராணி விடாமல் கிச்சாவைப் போற்றி தி.கேணி புதுக்கவிதைப் புயல் 'சுவற்றுக்கோழி' எழுதியிருந்தார். இதில் வயத்தெரிச்சல் என்ன வென்றால், ஒரு போஸ்டரில்கூட என் பெயரோ அல்லது கிரேஸி கிரியேஷன்ஸ் பெயரோ இல்லை! கிச்சாவின் இந்த அமெரிக்கப் பித்தம் தலைக்கேறும் முன்பு அதைத் தடுக்க அவன் வீட்டுக்கு ஓடினேன்.

நல்ல பட்டப்பகலில் கிச்சா டால்ஃபி சவுண்ட் சிஸ்டம் லெவலில் குறட்டை விட்டபடி தூங்கிக்கொண்டிருந்தான். ''பட்டப்பகல்ல தூங்கறானேன்னு பாக்கறியா, நான்தான் அஞ்சு நாளா டாக்டரைக் கூப்பிட்டு அனஸ்தீஸ்ஷியா கொடுத்து கிச்சாவைத் தூங்கவைக்கறேன்'' என்ற எச்சுமிப்பாட்டியை புரியாமல் நான் பார்க்க, ''இந்தியால பகல்னா அமெரிக்கால ராத்திரி இல்லையா. அதான் இப்பவே பழகிக்க இந்த ஏற்பாடு. இல்லேன்னா அப்புறம் அமெரிக்கா போய், என்னமோ சொல்லுவாளே இங்கிலீஷ்ல'' என்று யோசிக்க, அருகில் இருந்த கோடிவீட்டு குப்புசாமி அய்யங்கார் தன் குடுமியை முடிந்தபடி, ''எச்சுமி, அது பேருஜிட் லாக்'' என்று ஜெட் லேக்கை வாய் திறவாமல் ஸ்பஷ்டமாக உளறிக் கொட்டினார்.

அமெரிக்காவுக்கு ஆகாய விமானத்தில் போகும்போது அடிவயிற்றைப் புரட்டிக்கொண்டு வாந்தியும் தலைச்சுற்றலும் வரும் என்று கேள்விப்பட்ட எச்சுமிப்பாட்டி, அந்த விபரீதத்துக்கு தன் பேரனைத் தயார்படுத்திக்கொள்ள, வீட்டுக் கூடத்து ஊஞ்சலில் கிச்சாவை உட்காரவைத்து, வாசல் வராண்டாவைத் தாண்டி தெருவையும் கடந்து எதிர்வீட்டுக்குள் எட்டிப் பார்த்துவிட்டுத் திரும்ப கூடத்துக்கு வரும் அளவுக்குப் புயல்வேகத்தில் தள்ளிவிட்டு அவனுக்கு பிராக்டீஸ் கொடுத்தாள்.

பிராக்டீஸ் முடிந்ததும் எச்சுமிப்பாட்டி ஊஞ்சலுக்குப் பக்கத்தில் கொளுப் படியை நகர்த்தி வைக்க, கிச்சா அயல்நாட்டு அதிபர் போல கை அசைத்தபடி படியில் இறங்கி வந்தான். அருகில் பாய் இல்லை... இருந்திருந்தால் பாட்டியும் பேரனின் கேணத்தனம் தாங்காமல் பைத்தியம் பிடித்து பாயைப் பிராண்டி இருப்பேன்.

''மோகன் இங்க பாத்தியா...?'' என்று மோடி மஸ்தான் ஸ்டைலில் டேபிள் மீது இருந்த கூடையைப் பாட்டி தூக்க, உள்ளே கம்ப்யூட்டர். கஞ்சத்தனத்தால் காசு கொடுத்து எலிப்பொறிகூட வாங்காத எச்சுமிப்பாட்டி கணிப்பொறி வாங்கியது ஏன்? எதற்கு? எப்படி? பாட்டியே பதில் சொன்னாள். ''கிச்சா உன்னோட அமெரிக்காவுல ரெண்டு மாசம் இருக்கப்போறான். கடுதாசி போட்டா அது வந்து சேர்றதுக்குள்ள நீங்களே வந்து சேந்துடுவேள்... அதான் கம்ப்யூட்டர் வாங்கிட்டேன். நானும் கிச்சாவும் ஈமெயில்ல ஒத்தருக் கொருத்தர் லெட்டர் போட்டுக்கலாமில்லையா?''

''பாட்டி, எங்கிட்டதான் கம்ப்யூட்டர் இருக்கே. எங்க வீட்டுக்கு வந்து ஈமெயில் கொடுத்துக்கறது, இதுக்காக காசு செலவழிச்சு கம்ப்யூட்டர் வாங்குவாளா?'' என்ற என்னை அற்ப ஜந்துவைப் பார்ப்பது போல பார்த்து எக்காளமாகச் சிரித்தாள் எச்சுமிப்பாட்டி.

''முட்டாள், நானாவது காசை செலவழிக்கறதாவது, என்னோட பழைய புடைவைகள், ரவிக்கை, கிச்சாவோட வேஷ்டி, உள் பனியன் இதெல்லாம் போட்டு இந்த கம்ப்யூட்டரை வாங்கினேன்'' என்று பகர்ந்துவிட்டு காசு கொடுத்து கம்ப்யூட்டர் வாங்கிய என்னை சிட்ஃபண்டில் ஏமாந்தவனைப் பார்ப்பது போல பரிதாபமாகப் பார்த்துவிட்டு தொடர்ந்தாள் பாட்டி. ''இப்பல்லாம் கம்ப்யூட்டர் கடலை உருண்டை மாதிரி மூலைக்கு மூலை சந்தி சிரிக்குது. போன வாரம் 'கம்ப்யூட்டர் வாங்கலையோ கம்ப்யூட்டர்'னு குரல் கேட்டு வாசலுக்குப் போனா, பிளாஸ்டிக் பக்கெட் தருவானே பரமசிவம், அவன் இப்ப பழைய புடைவைக்கு கம்ப்யூட்டர் தர்றான். ஆனா ஒண்ணுடா மோகன், ஆயிரம் சொல்லு, என்னதான் டெக்னாலஜி இம்ப்ரூவ் ஆனாலும் பழைய புடைவைக்கு உள்ள மவுசு அப்படியேதான் இருக்கு.''

இந்த வயத்தெரிச்சல் போதாதென்று எச்சமிப்பாட்டி வாங்கிய கம்ப்யூட்டர் மவுஸ் (Mouse) கைக்கு வசதியாக பெருச்சாளி சைஸில் இருந்தது. அப்போது கிச்சா, ''ஏண்டா ஈமெயில் வெறும அடிச்சு அப்படியே அனுப்பினா போதுமா, இல்லை ஸ்டாம்ப் ஒட்டி அனுப்பணுமா?'' என்று தன் அறியாமையை அம்புக் குறியிட்டு வெளிப்படுத்தினான்.

எச்சுமிப்பாட்டியையும் கிச்சாவையும் பார்க்கும்போது ஒன்று புரிந்தது. அசடாக இருப்பவர்களை அதிர்ஷ்டம் துரத்தித் துரத்தி அடிக்கிறது. அவர்கள் ஆயுசு வரைக்கும் ஆரோக்கியமாக இருக்கிறார்கள். பி.பி., கொலஸ்ட்ரால், ஹைபெர் டென்ஷன், ஷேர் மார்க்கெட், கம்ப்யூட்டர் வைரஸ், பத்தாத குறைக்கு புதிதாக முளைத்த 'ஓய்டுகே' இப்படி எல்லாம் தெரிந்தவர்கள்தலை நரைத்து, சொட்டை விழுந்து, நகம் கடித்து, எதையெதையெல்லாமோ தேடி கடைசியில் வாழ்க்கையை தொலைத்துவிடுகிறார்கள். கிச்சாவாக இருப்பது சாதனை. கிச்சாவோடு இருப்பது சோதனை. கிச்சாவோடு அமெரிக்கா போவது ரோதனை.

★ ★ ★

வில்லிவாக்கத்தில் கே.வி.நாராயணன் என்று எனக்குத் தெரிந்தவர் ஒருவர் இருந்தார். மயிலாப் பூருக்கும் வில்லிவாக்கத்துக்கும் இடையே எவ் வளவு தூரம் உண்டோ அதைவிட அஞ்சு மடங்கு தூரம் கே.வி.நாராயணனுக்கும் நகைச் சுவைக்கும் நடுவே உண்டு. 'திருப்பரங் குன்றத்தில் நீ சிரித்தால்' என்ற பாடலைக் கேட்டால்கூட அதில் 'சிரித்தால்' என்ற வார்த்தை வருகிறது என்ற ஒரே காரணத்துக்காக முகத்தைத் தொங்கப்போட்டுக்கொண்டு தேம்பித் தேம்பி அழ ஆரம்பித்துவிடுவார். அந்த அளவுக்கு வில்லிவாக்கம் கே.வி.நாராயணன், ஜோக் கடித்தால் சிடுமூஞ்சிகூட இல்லை... அதையும் தாண்டி புனிதமான அழுமூஞ்சி. கேவிக்கேவி அழும் இப்பேர்ப்பட்ட பிரகிருதியை வில்லி வாக்கமே வியக்கும் அளவுக்கு விழுந்து விழுந்து சிரிக்கவைத்து நாராயணனை குஷியாக்கி ஜோரா யணனாக்கியவன் என்கூட இருந்தே கோலார் சுரங்கம் பறிக்கும் கிச்சா.

அவ்வையார் அமெரிக்கா போயிருந்தால் 'அரிது அரிது மானிடராய் பிறத்தல் அரிது... அதனினும் அரிது அமெரிக்கா போக விசா வாங்குதல்' என்று பாடியிருப்பார். அமெரிக்காவுக்குள் நுழை வதற்கு அத்தியாவசியப் பண்டமான இந்த 'விசா' நல்லபடியாக் கிடைத்தால் 'பிட்ஸ்பர்க்' வெங்கடாசலபதி கோயிலில் கிச்சாவுக்கு மொட்டையடிப்பதாக வேண்டிக்கொண்டு அமெரிக்கன் எம்பஸி வாசலில், பந்தி தவிரமத்த எல்லாத்துக்கும் பிந்தி வரும் கிச்சாவுக்காகக் காத்திருந்தோம்.

கூவத்தில் முங்கி முங்கிக் குளித்த கழுதை கலரில், கி.மு.-வில் எச்சுமிப்பாட்டியின்

3

தோப்பனார் கோர்ட் டவாலியாக இருந்தபோது அணிந்த கோட்டை போட்டுக்கொண்டதோடல்லாமல், முழங்கால் முட்டி தெரியும் அளவுக்கு தம்மாத்தூண்டு சைஸ் நாலு முழ வேட்டியும் கட்டிக்கொண்டு சைக்கிளில் குரங்கு பெடல் அடித்தபடி வந்து இறங்கினான் கிச்சா. தாத்தா கிழித்த கோட்டைத் தாண்டாமல் அதற்குள் இருந்த கிச்சாவைப் பார்க்கும்போது, பப்ளிக் பாத்ரூம் வாசலில் ஆண்கள் என்று எழுதி ஒரு படம் வரைந் திருப்பார்களே, அது நினைவுக்கு வந்தது. பி.பி., கொலஸ்ட்ரால், வெயிட், செலவு, திமிர், கோபம் இப்படிப் பலவற்றைக் குறைக்க தினமும் வில்லி வாக்கத்திலிருந்து மவுண்ட்ரோடு வரை வெறித்தனமாக வாக்கிங் வரும் கே.வி.நாராயணன், கிச்சாவின் இந்தக் கோலத்தைப் பார்த்து புரண்டு புரண்டு

சிரிக்க ஆரம்பித்தவர் அப்படியே புரண்டபடி வாக்கிங்கை அங்கப்பிர தட்சணமாக்கி வில்லிவாக்கம் போய் சேர்ந்தார்.

''கிச்சா... கோட்டு போட்டுண்டா பேண்ட்டும் போட்டுக்கணும்டா'' என்று அழாத குறையாக அங்கலாய்த்த என்னிடம், ''நான் என்னடா பண்றது... அந்தப் படுபாவி டெய்லர் பேண்டை பயங்கர லூஸா தைச்சுட்டு அதை ஆல்டர் பண்ணக்கூட அவகாசம் இல்லாதபடி இன்னிக்குத்தான் டெலிவரி பண்ணான்... வேற வழி இல்லாம அட்ஜெஸ்ட் பண்ணிப் போட்டுண்டு ரத்னா கஃபே-ல டிபன் சாப்பிட்டுட்டு நான் எழுந்துண்டுட்டேன்... ஆனா பேண்ட் எழுந்துக்கலேன்னா பாத்துக்கோயேன் எவ்வளவு லூஸ'ன்னு... அதான் ஆபத்துக்குப் பாதகமில்லேன்னு சரக்கு மாஸ்டர் டவலை வேஷ்டியா கட்டிண்டு வந்தேன்...'' என்று சாம்பார் நெடியோடு என்னருகில் வந்து என்னைச் சமாதானப்படுத்துவதுபோலப் பேசினான்.

''எம்பஸி ஆபீசர் கேட்டா நான் சமாளிச்சுக்கறேன். 'சார்! நீங்களே பாருங்க சார்... என்னோட பாஸ்போர்ட்டுல ஒட்டின பஸ்ட்டு சைஸ் போட்டோல கோட்டு மட்டும்தான் தெரியறது. கீழே பேண்ட் போட்டுண்டுருக்கறதா சிரமத்தைப் பாக்காம நீங்களே விஷுவலைஸ் பண்ணிக்கோங்களேன்'னு சொல்லிடறேன்...'' என்று காஷுவலாகப் பேசிய அவனை கழுத்தை நெரித்துக்கொல்லும் வெறியோடு அருகில் சென்ற என்னை, அவன் போட்டிருந்த தாத்தா காலத்து கோட்டிலிருந்து வீசிய துர்கந்தம் தடுத்து நிறுத்தியது.

என் தலையெழுத்து, 'ஒரு பானைச் சோத்துக்கு ஒரு சோறு பதம்' என்ற பழமொழி எம்பஸியில் உள்ள அமெரிக்கன் ஆபீசருக்கு ஒருவேளை தெரிந்திருந்து, ஒரு சோறு கிச்சாவை சாக்காக வைத்து ஒட்டுமொத்தமாக எங்க எல்லோருக்கும் 'விசா' தர மறுத்துவிடுவாரோ என்ற பீதியில், வந்த கோபத்தை நாங்கள் பதினொரு பேரும் ஆளுக்குக் கொஞ்சமாகப் பகிர்ந்து கொண்டு அடக்கி, கிச்சாவிடம் இதமாக ''தோ பார் கிச்சா, எம்பஸிக்குள்ள இருக்கற அமெரிக்கன் ஆபீசர் வெள்ளைக்காரர். அவர் எதிர்ல அசட்டு பிசட்டுன்னு ரசாபாசமா நடந்துக்கக் கூடாது. கேட்ட கேள்விக்குப் பதில் சொல்லிட்டு கம்முனு இருக்கணும். 'வாட் ஃபார் யூ ஹேவ் கம் ஹியர்?'னு கேப்பார். 'ஃபார் விசா'ன்னு சொல்லணும். அப்புறம் 'வாட் ஈஸ் யுவர் நேம்?'னு கேப்பார்'' என்றேன். உடனே கிச்சா பாய்ந்து, ''பளிச்சுனு சொல்லிடுவேனே. மை நேம் ஈஸ் கிச்சா. மை ஃபாதர் டென் இயர்ஸ் பிஃபோர் நோமோர் ஆஸ் எ விடோ. பிகாஸ் மை மதர் ஈவன் பிஃபோர் மை ஃபாதர் நோமோர் ஷி வாஸ் நோமோர். பட் மை கிராண்ட் பாட்டி எச்சுமி ஈஸ் தில்மாங்கே மோர். மார்னிங் டெய்லி ஐ டேக் நீர்மோர்'' என்று தங்குதடையில்லாமல் உளறிக் கொட்டினான். வேறுவழியில்லாமல் அவனை அடக்க, ''இப்படி ஏதாவது பேத்தினே, அப்புறம் 'விசா' கேட்ட உன்னை 'மிசா'ல புடிச்சு ஜெயில்ல போட்டுடுவாங்க...'' என்று பேஸ்வாய்ஸில் பயமுறுத்தி, ''தோ பார் பேரைக் கேட்டா கேணயாட்டம்

கிச்சா, குப்பாச்சுலு, சீமாச்சுனு செல்லப் பேரையெல்லாம் சொல்லக் கூடாது... பாஸ்போர்ட்டுல உள்ள உன்னோட ஃபுல்நேமைச் சொல்லணும், புரிஞ்சுதா? அப்புறம் கிரேஸி கிரியேஷன்ஸ்ல உன்னோட வேலை என்னன்னு கேட்டா. பளிச்சுனு 'ஆர்ட்டிஸ்ட்'னு சொல்லணும்'' என்று விசா சம்பந்தமான விஷயங்களை கிச்சாவுக்கு விலாவாரியாக ரிகர்ஸல் கொடுத்தேன்.

எம்பஸிக்குள் நுழைந்த நாங்கள் பன்னிரண்டு பேரும் எங்கள் முறை வந்தபோது, அர்னால்டு ஷ்வாஸ்நேகர் கணக்கில் ஆஜானுபாகுவான அந்த அமெரிக்க 'விசா' அதிகாரி முன்பு பத'விசா'வாக நின்றோம். ஏற்கெனவே விசாவுக்கு வந்த ஐம்பது பேரை இன்டர்வியூ செய்த களைப்பில் சற்றுப் பலவீனமாகி இருந்த அந்த அதிகாரி, இன்னும் எங்களையும் சேர்த்து கிட்டத்தட்ட நூறு பேர் விசா க்யூவில் 'திருவிசா' கூட்டம் போல நெருக் கியடித்து நிற்பதைப் பார்த்து, இந்த இம்சையை எப்படிச் சமாளிப்பது என்று இங்கிலீஷில் யோசித்தார்.

நாங்கள் பன்னிரண்டு பேரும் ஒரே க்ரூப்தான் என்று எம்பஸியில் வேலை பார்க்கும் தமிழ்ப் பெண் அவர் காதில் கிசுகிசுக்க, எங்களைச் சேர்ந்து ஒட்டு மொத்தமாக அருகில் வருமாறு கூப்பிட்டு ஒரே கல்லில் பன்னிரண்டு மாங்காய் அடிக்க ஆயத்தமானார். தனித்தனியாக இன்டர்வியூ செய்யாமல் எங்கள் பன்னிரண்டு பேரில் ஒருவனை செலக்ட் செய்து அவன் திறமையை அல்லது திணறலை வைத்து எங்கள் குழுவின் விசாதலைவிதியை நிர்ணயிக்க முடிவு செய்தார். மார்க்கெட்டில் பிஞ்சுக் கத்தரிக்காயைத் தேடும் பெரிசு களைப் போல எங்களை நோட்டம் விட்டவர், திடீரென்று ஒரு முடிவுக்கு வந்தவர் போல ''ஹூ ஈஸ் யுவர் லீடர்?'' என்றார். நான் கையைத் தூக்கு வதற்குள் ஹிண்டு ஹைஸ்கூலில் ஒண்ணாவதிலிருந்து ஏழாவது வரை கிளாஸ் லீடராக இருந்த கிச்சா தன்னைத்தான் அதிகாரி கூப்பிடுகிறார் என்று நினைத்து, ''ஐ தி லீடர் ஆல்வேஸ்'' என்று பாய்ந்துகூற, அவர் கிச்சாவைப் பார்த்து ''கம்'' என்றார். கைக்கு எட்டிய அமெரிக்கக் கனி இன்டர்வியூவில் கிச்சாவின் சொதப்பலால் வாய்க்கு எட்டும் முன்பே அழுகிப்போகப் போவதைப் பார்க்க சகியாமல் நாங்கள் பதினொரு பேரும் சூதாட்டத்தில் திரௌபதியை இழந்த பஞ்ச பாண்டவர்கள் போல தலைகுனிந்து நின்றோம்.

நல்லவேளை, அந்த அமெரிக்க ஆபீஸர் நான் கிச்சாவுக்குச் சொல்லிக் கொடுத்தபடி, ''வாட் ஃபார் யூ ஹேவ் கம்'' என்று கேட்டார். அதிகாரியின் அருகில் இருந்த தமிழ்ப் பெண்ணைப் பார்த்து கிளுகிளுப்பில் தடுமாறிய கிச்சா, ''ஃபார் விசா'' என்பதற்குப் பதிலாக ''ஃபார் உஷா'' என்று சொல்ல, அதிகாரி அவளைப் பார்த்து, ''உஷா, இவறுக்கு எப்படி உன் பேர் தெரிஞ்சுது?'' என்று வியக்க ''அதான் சார் ஆச்சரியமா இருக்கு. ஏங்க, உங்களுக்கு ஜோஸ்யம் தெரியுமா?'' என்று கிச்சாவை வினவ, ''எனக்கு ஜோஸ்யம் தெரியாது. ஆனா ஹாஸ்யம் தெரியும்'' என்று சகட்டுமேனிக்குச் சமாளிக்க, அந்த பி.டி.உஷா (பர்சனல் டிரான்ஸ்லேட்டர் உஷா)

அதிகாரியிடம் கிச்சா ஜோஸ்யம் - ஹாஸ்யம் என்று 'பன்' (Fun) செய்ததை அதிகாரிக்கு மொழிபெயர்க்க. அவர் வாஷிங்டனுக்கே கேட்கும் அளவுக்கு இடிஇடியெனச் சிரித்தார். கிச்சாவின் முதுகை ஆதரவாகத் தடவி ''நாட்டி பாய்'' என்று அவர் சொல்ல, சிச்சுவேஷனை மேலும் சாதகமாக்கிக் கொள்ள, ''நோ சார், ஐ ஆம் நாட் நாட்டி பாய். ஐ ஆம் எச்சுமிப் பாட்டி பாய்'' என்று சொல்ல, அதிகாரி இம்முறை இடி மின்னலெனச் சிரித்தார்.

''கிரேஸி கிரியேஷன்ஸ்ல நீ என்னவா இருக்கே?'' என்ற அதிகாரியின் கேள்விக்கு கிச்சா நான் சொல்லிவைத்தபடி, ''ஐ ஆம் அன் ஆர்ட்டிஸ்ட் சார்'' என்று பயமாகக் கூற, ''எங்க உன் திறமையைக் காட்டு பார்ப்போம்'' என்று கேட்டுவிட்டு கிச்சாவின் நடிப்பாற்றலை ரசிக்கத் தயாரானார். கிச்சா தன் பாக்கெட்டிலிருந்து ஒரு சாக்பீஸை எடுத்து எம்பஸி தரையில் 'சங்கு சக்கரம் பெருமாள் நாமம்' வரைய, குழம்பிய அதிகாரி, உஷாவைப் பார்க்க ''சார் ஆர்ட்டிஸ்டுன்னா நடிகன், டிராயிங் போடறவன்னு ரெண்டு விதமா சிலேடையா மறுபடி 'பன்' (Pun) பண்ணறார்'' என்று மொழிபெயர்க்க, இம்முறை அதிகாரி இடி மின்னல் மழை மோகினியாகச் சிரித்தார்.

''கேக்க மறந்துட்டேன்... லாஸ்ட் அண்ட் ஃபைனல் கொஸ்டின், வாட் ஈஸ் யுவர் நேம்?'' என்று கேட்ட அதிகாரி, ''என் நாக்கில் ஸாட்டர் டே (சனி)'' என்று புலம்பும் அளவுக்கு நொந்துபோனார். சாதாரணமாக பாஸ்போர்ட்டில் சர் நேம் என்கிற அப்பா பெயரையோ, குடும்பப் பெயரையோ சேர்த்து நம் பெயரை எழுதவேண்டும் (உதாரணமாக நான் மோகன் ரங்காச்சாரி ஆல்ஸோ நோன் ஆஸ் கிரேஸி மோகன்). எதிலும் சற்று வித்தியாசமான கிச்சா (இப்பல்லாம் வெவஸ்தை கெட்டத்தனத்துக்கு வித்தியாசமானவர் என்ற அந்தஸ்தை கொடுத்திடறாங்க.) பாஸ்போர்ட்டில் முழுப்பெயர் என்ற இடத்தில் தன் பெயரோடு தன்னுடைய அப்பா, தாத்தா, கொள்ளுத்தாத்தா, எள்ளுத் தாத்தா, கடுகு உப்பு புளி மொளகாய் தாத்தா என்று ஒரு தாத்தா பேர் விடாமல் சேர்த்து, நடுநடுவே பாகப்பிரிவினை, சுவீகாரம் போன்றவற்றால் மாறிய குடும்பப் பெயர்களையும் சொருகி 'வெள்ளக்காலி வேங்கட வரத நரசிம்ம சாத்துபடி வரத அயக்ரீவ தேசிக' என்று ஆரம்பித்து, 'நந்த வைகுந்த கோவிந்த கோபால கிருஷ்ணன்' என்று முடித்து, 'ஆல்ஸோ நோன் ஆஸ் கிச்சா' என்று முடியும் பெயரை எழுதி பாஸ்போர்ட்டை பாஸ்புக்காக மாற்றியிருக்கிறான். இதுதவிர, இமிக்ரேஷன், கஸ்டம்ஸ் போன்ற வற்றுக்காக தனியாக ஒரு புத்தகம் தந்திருக்கிறார்கள். எனக்குத் தெரிந்து பாஸ்போர்ட்டுக்கு இலவச இணைப்பு போட்ட முதல் ஆசாமி கிச்சாதான். கிச்சாவின் பாஸ்போர்ட்டில் மட்டும் பிரிண்டட் அண்ட் பப்ளிஷ்ட் பை லேஸோ அண்ட் ஸோ என்று போட்டிருக்கும்.

கிச்சாவின் முழுப்பெயரையும் கேட்டு முடிப்பதற்குள் எங்கே தான் ரிட்டயராகிப் போய்விடுவோமோ என்ற கலவரத்தில் அந்த எம்பஸி அதிகாரி அவசர அவசரமாக எங்கள் பன்னிரண்டு பேர் பாஸ்போர்ட்டிலும் இரண்டு மாத விசா எழுதி சாப்பா குத்துக் குத்தி கழுத்தைப் பிடித்துத் தள்ளாத

குறையாக எங்களை வெளியேற்றினார். நாரதர் கலகம் நன்மையில் முடிவது போல கிச்சாவின் கேணைத்தனம் கெலிப்பில் முடிந்தது. தனது அசட்டுத் தனத்தால் விசா வாங்கித் தந்த கிச்சாவை என்னமோ விடுதலை வாங்கித் தந்த மகாத்மா காந்தி, நெல்சன் மண்டேலாவைப் பார்ப்பது போல என்னைத் தவிர என் குழுவில் உள்ள அனைவருமே பார்த்தார்கள்.

செப்டெம்பர் இருபத்தொன்பதாம் தேதி, நள்ளிரவு இரண்டு மணிக்கு கிச்சா நீங்கலாக கிரேஸி கிரியேஷன்ஸ் குழுவைச் சேர்ந்த நாங்கள் பதினோரு பேரும் சொன்னபடி மீனம்பாக்கம் இன்டர்நேஷனல் ஏர்போர்ட் வாசலுக்கு லக்கேஜ் சகிதமாக வந்துவிட்டோம். அட, முதன்முறையாக நாடகம் போட அமெரிக்கா செல்லப் போகும் பன்னிரண்டு பேரும் ஒன்றாகச் சேர்ந்து வலது காலை எடுத்துவைத்து ஏர்போர்ட்டுக்குள் நுழைவோமே என்ற நப்பாசையில் உள்ளே போகாமல் வெளியே பன்னிரண்டாவது பிரகிருதி கிச்சாவுக்காக 'தேவுடு' காத்து நின்றுகொண்டிருந்தோம்.

அமெரிக்கன் எம்பஸியில் கிச்சா உட்கார விசா விழுந்த பிறகு, என்னுடைய 'லீடர்ஷிப்' பதவிக்குப் போட்டியிடும் அளவுக்கு கிரேஸி கிரியேஷன்ஸ் குழுவினரின் ஏகோபித்த விசுவா சத்துக்குப் பாத்திரமாகிவிட்டான் கிச்சா! ஏர் போர்ட்டுக்கு அவன் இன்னமும் வராததால் காதலிக்காக விரகதாபத்தோடு காத்திருக்கும் சங்க காலக் காதலன் போல ஏக்கத்தில் சும்பிப் போயிருந்த குழுவினர்கள் சார்பாக, அவர்களில் ஒருவனான 'அப்பா' ரமேஷ், 'கிச்சா நீ வேகமாக வாராய்' என்று தன்னை யசோதையாக பாவித்த பாலசரஸ்வதி லெவலில் அபிநயித்து கர்ணகடூர மான குரலில் பாடவும் ஆரம்பித்துவிட்டான்.

கிச்சாவின் இந்தத் திடீர் பாப்புலாரிடியால் எனக்குப் பொறாமை வந்தது. இன்னொரு பக்கம், 'பிளேன்-ஃபோபியா' பயத்தால் சித்தி கொடுமையில் பாதிக்கப்பட்ட சவலைக் குழந்தைபோல பரிதாப மாக போஸ் கொடுத்துக் கொண்டிருந்த எங்கள் குழுவைச் சேர்ந்த 'ஏ.ஆர்.எஸ்.'ஸின் நமநம நச்சரிப் பால் எனக்குப் பொறுமை போனது. (இவன் இதுவரை எந்த டி.வி. சீரியலிலும் வராத கன்னிகழியாத ஜூனியர் ஏ.ஆர்.எஸ்.)

சதா சர்வகாலமும் சர்சர்ரென்று விமானங்கள் வந்து போய்க்கொண்டிருக்கும் சர்வதேச ஏர்போர்ட்டுக்கு சமமாக ஏ.ஆர்.எஸ். வீட்டு பாத்ரூமில் நிமிஷத் துக்கு நாலு என்ற விகிதத்தில் கரப்பான்பூச்சிகள் தாழ்வாகப் பறந்துகொண்டிருக்கும். இதனால் பயந்துபோய் குளிப்பதற்குக்கூட போலீஸ் பந்தோபஸ்தை நாடும் அளவுக்கு தொடை, முட்டி, கணுக்கால் பாத நடுங்கியான ஏ.ஆர்.எஸ்., விமானப் பயணத்தைப் பொறுத்தவரையில் கன்னி-சாமி. இதுபோதாதென்று 'மலையும்

4

மலையைச் சார்ந்த இடங்களும்' என்று பூகோளப் பாடத்தில் வருவதுபோல 'விமானமும் விமானத்தைச் சார்ந்த விபரீத விளைவுகளும்' என்ற தலைப்பில் ஏதோ ஒரு பதிப்பகம் போட்ட புத்தகத்தைப் படித்ததில் ஏ.ஆர்.எஸ். குலைநடுங்கிப் போய்விட்டான். இதனால் ஏற்கெனவே நெர்வஸாக இருந்த ஏ.ஆர்.எஸ்., என்னருகே வந்து பிசிறு தட்டும் குரலில், ''மோகன், ஏயோபேன்ல (பயத்தில் ஏரோப்ளேனை மழலையில் உச்சரித்து) மெட்ராஸ்லேருந்து அமெரிக்கா போய்ச்சேர எத்தனை மணி நேரம் ஆகும்?'' என்று கேட்க, எப்போதும் கிண்டலடிக்கும் நக்கல்பேர்வழியான சீனு, ''ஹைஜாக் எதுவும் இல்லேன்னா இருபத்துநாலு மணி நேரத்துல ஒரேடியா போய்ச் சேந்துரலாம்'' என்று சொல்ல, மறுநாள் தூக்கிலிடப்போகும் கைதியின் மரணபயம் ஏ.ஆர்.எஸ். முகத்தில் அப்பட்டமாகத் தெரிந்தது.

நான் அவனைத் தனியாக அழைத்துச்சென்று தேற்ற நினைத்தேன். அதற்குள் ஒரு சத்ரு வந்து ''இன்ஷூரன்ஸ் செய்துகொள்ளப் பிரியப்படுகிறீர்களா?''

என்று கேட்டு வைத்தான். பதறிப்போன ஏ.ஆர்.எஸ்., ''எதற்கு?'' என்று குரல் நடுங்கக் கேட்க, வந்த சத்ருவும் விவரம் புரியாமல், ''ஒருவேளை விமான விபத்தில் நீங்கள் இயற்கை எய்தி அமராகும் பட்சத்தில்'' என்று ஆரம்பித்தார். அவ்வளவுதான் ஏற்கெனவே ஹைஜாக் பயத்தால் நெற்றியில் முத்துமுத்தாக வேர்த்திருந்த ஏ.ஆர்.எஸ்.க்கு., இப்போது பவழம் பவழமாக வேர்க்க ஆரம்பித்தது.

'சின்னஞ்சிறு உலகம்' பட நாகேஷ்போல கற்பனையிலேயே பயந்து செத்துக்கொண்டிருக்கும் அவனை ஏர்போர்ட்டுக்குள் அழைத்துச்சென்று அங்கு விமானப் பயணம் செய்ய குஷியாகக் காத்துக்கொண்டிருக்கும் குழந்தைகள் முதல் கிழங்கள் வரை காட்டி தைரியமூட்டினேன். பின் அவனை செக் இன் செய்து பிளேனில் ஏற்றி, அங்கு நாரதர் கொண்டையோடு எதைக் கேட்டாலும் நயம்பட மறுக்கும் 'ஆகாசவாணிகளான' ஏர் ஹோஸ்டஸ்கள் தரிசனத்தால் விமானம் கப்பல் போல மூழ்கும் அளவுக்கு ஜொள்ளு விட வைத்து இவன் மூடை மாற்றலாம் என்றால், இந்தப் பாழாய்ப் போன கிச்சாவை இன்னமும் காணவில்லை.

'ஒருவேளை பிளேனைப் பிடிக்க எக்மோர் அல்லது சென்ட்ரல் ஸ்டேஷனுக்குப் போய்த்தொலைத்து விட்டானா?' என்ற கவலையை சற்று ஓவர் ஆக்டிங்காகவே வெளியே காட்டிக்கொண்ட நான், உள்ளூற சந்தோ ஷத்தில் புளகாங்கிதமடைந்து கொண்டிருந்தேன். ஏர் இந்தியா விமானம் புறப்பட இன்னும் சரியாக ஒரு மணி நேரம்தான் இருக்கிறது. இந்த ஒரு மணி நேரம் கிச்சா வராமல் கடந்துவிட்டால் எச்சுமிப்பாட்டியின் ஆசீர்வாதத்துக் காக விழுந்தபோது என் காலைப் பிடித்துக்கொண்ட கிச்சா அலையஸ் சனிவிட்டது என்ற நினைப்போடு அவசர அவசரமாக எல்லோரையும் அழைத்துக்கொண்டு ஏர்போர்ட்டுக்குள் நுழைந்தேன்.

கிச்சா இல்லாமல் அமெரிக்கா போகப்போகும் உற்சாகத்தில் உள்ளே நுழைந்த என்னை ஓர் அறிவிப்பு அதிர்ச்சிக்குள்ளாக்கியதோடல்லாமல், என் சந்தோஷத்தை சப்பென்றாக்கியது.

'யுவர் அட்டென்ஷன் ப்ளீஸ். கிரேஸி மோகன் அண்ட் கோ ஆர் கைண்ட்லி ரிக்வஸ்டெட் டு கம் டு தி லவுஞ்ச் கவுண்ட்டர் ப்ளீஸ்' என்று ஸ்டைலாக ஒரு பெண் குரல் ஆரம்பித்தது. அப்போது கரகரத்த ஆண் குரல் ஊடே பாய்ந்து ''யப்பா கிரேஸி மோகன், உங்க ட்ரூப்பைச் சேர்ந்த கிச்சாவும் அவனுடைய பாட்டியும் இங்கே கௌண்ட்டருக்கு வந்து அடிக்கற லூட்டி சகிக்கலை. ஏர்போர்ட்டையே நாஸ்தியாக்கிட்டாங்க. உங்க கால்ல விழுந்து கேட்டுக்க றேன், தயவுசெஞ்சு வந்து எங்களைக் காப்பாத்துங்க'' என்று தழுதழுத்த குரலில் முடித்தார். நாங்கள் பதினோரு பேரும் லவுஞ்சை நோக்கி ஓடினோம்.

லவுஞ்ச் கௌண்ட்டரில் எச்சுமிப்பாட்டியும் கிச்சாவும் செய்திருந்த அலங கோலத்தைக் கண்டு எங்கள் மானம் கப்பல் ஸாரி, விமானம் ஏறியது. அங்கு போடப்பட்ட நாற்காலிகளில் பாட்டியும் பேரனும் சப்பணமிட்டு அமர்ந்த படி ஈர்க்குச்சியால் தைத்த மந்தார இலையிலிருந்து புளியோதரையை எடுத்து

கவளம் கவளமாக 'மாயா பஜார்' கடோத்கஜன் போல சாப்பிட்டுக் கொண்டி ருந்தார்கள். இதில் கிச்சாவுக்கு சேப்பாக்கம் கிரிக்கெட் ஞாபகம் வர, புளியோதரையை கிரிக்கெட் பந்துபோல உருட்டி மேலே தூக்கி எறிந்து வாயால் கேட்ச் பிடித்து சாப்பிட்டுக் கொண்டிருந்தான். எச்சுமிப் பாட்டியும் சுனில் கவாஸ்கர் போல ''வெல் டேக்கன்'' என்று கமெண்ட்ரி வேறு கொடுத்துக் கொண்டிருந்தாள். இந்த விளையாட்டில் கிச்சா பத்துக்கு இரண்டு தபா கேட்சை கோட்டைவிட, புளியோதரை கீழே சிந்திச் சிதறி மொஸைக் தரையை புளியோதரையாக்கியது.

அமெரிக்கா செல்ல ஆகப்போகும் இருபத்துநாலு மணி நேரப் பயணத்தில் தனது பேரன் கண்டதைச் சாப்பிட்டு வயிற்றைக் கெடுத்துக்கொள்ளாமல் இருக்கவேண்டுமே என்கிற கவலை பாட்டிக்கு. எனவே, முறுக்கு, சீடை, நெய் சொட்டச் சொட்ட அதிரசம், நேந்திரங்காய் சிப்ஸ், நியூ யார்க் எம்பயர் ஸ்டேட் பில்டிங் உயரத்துக்கு கேரியரில் சாப்பாடு என்று இவர்கள் இருவரையும் சுற்றி இஷ்டமித்ர பந்துகளைப் போல டப்பா டப்பாவாக அடுக்கி வைக்கப்பட்டிருந்தன. இதுதவிர, ஒரு கூடையில் ஆரஞ்சு, சாத்துக்குடி, கொய்யா, பலா என்று ஞானப்பழம் நீங்கலாக மற்ற எல்லாப் பழங்களும் குவிக்கப்பட்டிருந்தன!

முதல் முதலாக ஏர்போர்ட்டில் காலடி எடுத்து வைக்கப்போகும் தன் பேரன் கிச்சாவின் ஜாதகத்தை 'பாலத்து ஜோசியரிடம்' பாட்டி காட்ட, அவரும் ராகு காலம், எமகண்டம், தெற்கே சூலம், வடக்கே ஈட்டி, கிழக்கே அரிவாள், மேற்கே சைக்கிள் செயின் இப்படி எந்தத் திசையும் இல்லாத நல்ல நேரத்தைக் குறித்துக் கொடுத்துவிட்டார். இதனால் விடியற்காலை ஐந்து மணிக்குப் புறப்படப்போகும் ஏர் இந்தியாவைப் பிடிக்க முந்தின நாள் சாயங்காலம் ஐந்து மணிக்கே ஸ்டவ், பாத்திரம் பண்டங்கள் புடைசூழ பாட்டியும் பேரனும் ஏர்போர்ட்டுக்கு வந்து தனிக்குடித்தனமே செய்ய ஆரம்பித்துவிட்டார்கள்.

பற்கள் பொடிப்பொடியாகி பொக்கையாகும் அளவுக்கு நறநறவென்று கடித்தபடி கடுப்பாக நின்றுகொண்டிருந்த ஏர்போர்ட் அதிகாரி திருவாளர் கரகரவின் காலில் நாங்கள் சாஷ்டாங்கமாக விழுந்து பாட்டிக்கும் பேரனுக்கும் பொதுமன்னிப்பு வழங்குமாறு வேண்டினோம்.

அப்போது ஏர் இந்தியா விமானத்தில் செல்லப்போகும் பயணிகள் போர்டிங் பாஸ் வாங்கி செக் இன் செய்து முடித்துக்கொண்டு 'டிபார்ச்சர் லவுஞ்சுக்கு' வருமாறு ஆங்கிலம், தமிழ், இந்தி என்று மும்மொழிகளில் துரிதப் படுத்தினார்கள்.

எச்சுமிப்பாட்டி, கிச்சாவின் இரண்டு கைகளிலும் தாயத்து, ரட்சை, மந்திரித்த கயிறு இப்படி மாஞ்சாகயிறு தவிர கிட்டத்தட்ட முப்பது நாப்பது கயிறுகளைக் கட்டினாள். பாட்டியைக் கிச்சா நமஸ்காரம் செய்ய, அவனை எழுப்பி அவனது இரண்டு புஜங்களையும் இறுகப் பிடித்து ''கிச்சா... ஆகாசத்துல ஆபத்து ஏதாவது வந்தா நான் சொன்னதை மறந்துடாம நெனவு

வெச்சுக்கோ'' என்று ஆவேசமாகச் சொன்னாள். அதுவரை லவுஞ்ச் கெளண்டர் ஹூட்டியில் விமான பயம் மறந்து சகஜநிலையில் இருந்த ஏ.ஆர்.எஸ்., 'ஆகாச ஆபத்து' என்று பாட்டி சொன்னதும் மறந்த பயம் நினைவுக்கு வந்து நடுங்க ஆரம்பித்து விட்டான். ''பாட்டி, கிச்சாவுக்கு சொன்னதை எனக்கும் சொல்லக்கூடாதா? ஆகாசத்துல அபாயம் வந்தா நானும் அதை நினைவுல வெச்சுண்டு தப்பிச்சுப்பேன் இல்லியா'' என்று ஏதோ அபாயம் போக்கும் மந்திரத்தை எதிர்பார்த்துக் கேட்டான்.

''முட்டாள், ஆகாசத்துல அபாயம் வந்தா, மந்திரமாவது மாங்காயாவது! அதோட அம்பேல்தான், நான் நெனவு வெச்சுக்க சொன்னது என்னன்னா, வைகுண்டம் ஆகாசத்துலதான் இருக்கு. அபாயம் வந்து உசிர் போறச்சே 'கோவிந்தா கோவிந்தா'ன்னு சொன்னா ஷார்ட்கட்டுல நேரே வைகுண்டம் போய் பெருமாள்பாதத்துல சேந்துரலாம்'' என்று சொல்லி ஏ.ஆர்.எஸ்.ஸின் பயத்தைப் பீதியாக்கினாள் பாட்டி!

கிச்சாவின் பத்து லக்கேஜ்-களைப் பார்த்த செக் இன் அதிகாரி ''தலா ரெண்டு சூட்கேஸ், ஒரு ஹாண்ட் பேக்குக்குத்தான் அனுமதி'' என்று சொல்லி முடிப் பதற்குள், எச்சுமிப் பாட்டி, கிச்சாவின் பத்து சூட்கேஸ் சாமான்களையும் ஒரே சூட்கேசில் வன்முறையாகத் திணித்து அதன்மீது ஏறிக் குதித்து ருத்திர தாண்டவம் ஆடி, சூட்கேஸையும் எப்படியோ லாக் செய்துவிட்டாள்.

போர்டிங் பாஸ் வாங்கிக் கொள்வதற்காக நாங்கள் க்யூவில் நின்றபோது சிறிதும் கூச்சமில்லாமல் கிச்சா எம்பி எம்பி ''மேடம், எனக்கும் மோகனுக்கும் ஜன்னல் ஓரமா ஸீட்டு போட்டுடுங்கோ, புகையிலை துப்ப வசதியா இருக்கும்'' என்று ரசாபாசமாக, கத்தி க்யூவில் நிற்பவர்களை நெளிய வைத்தான். இது போதாதென்று எல்லோருக்கும் கேட்கும் வகையில் ''மோகன், போர்டிங்பாஸ் மட்டும் கொடுத்து ஏமாத்திடப் போறா, ஞாபகமா 'போர்டிங் அண்ட் லாட்ஜிங்' பாஸ் கேளு. அப்புறம் பாத்ரூம் அட்டாச் சுடான்னு விசாரிச்சுண்டுடு'' என்று கூவினான்.

செக்யூரிட்டி செக்அப்பின்போது ஒருவர், 'ஹேர்ட்ரையர்' போன்ற உபகரணத்தை பெருமாள் கோயிலில் 'சடாரி' வைப்பது போல எங்கள் உச்சந்தலையில் ஆரம்பித்து உள்ளங்கால் வரை வைத்துப் பார்த்தார். துப்பாக்கி, கத்தி போன்ற உலோக வஸ்துக்கள் ஒளிக்கப்பட்டிருந்தால் 'பீப் பீப்' என்று சத்தம் போட்டு இந்தக் கருவி காட்டிக்கொடுத்துவிடும். கிச்சாவைப் பரிசோதிக்கும்போது எச்சுமிப்பாட்டி கட்டிவிட்ட தாயத்து, ரட்சைகள் இதுதவிர கிச்சா சொக்காயில் பட்டனுக்கு பதிலாகப் போட்டிருந்த 'ஸேஃப்டிபின்கள்' இவற்றால் அந்த உபகரணம் பலவிதமான விநோத ஒலிகளை ஸ்ருதி லயத்தோடு ஒரு 'சிம்பொனி'யே வாசித்துக்காட்டியது. சந்தேகித்த செக்யூரிட்டியை ஒருவிதமாக சமாதானப்படுத்தி கிச்சாவை இழுத்துக்கொண்டு பிளேனைப் பிடிக்க நாங்கள் ஓடினோம்.

★ ★ ★

அமெரிக்கா செல்லும் பேரனுக்காக எச்சுமிப் பாட்டி ஓசியில் கேட்டு வாங்கித் தந்த, பீமண்ண முதலித் தெரு குண்டு கஜபதியின் யானைக்கால் சைஸ் ஷூவைப் போட்டுக்கொண்டிருந்தான் கிச்சா. இதனால் அவனுக்கு ஷூவுக்குள்ளேயே சிறிது தூரம் நடந்துவிட்டு, பிறகு ஷூவோடு சேர்ந்து நடக்கவேண்டிய நிர்ப்பந்தம்.

இது தவிர, மொட்டை மாடியில் துணி உலர்த்தும் கயிறு நீளத்துக்கு ஷூ லேஸ் இருந்ததால், அடிக்கடி அட்ஜெஸ்ட் செய்து கட்டிக்கொள்ள வேண்டிய கட்டாயம். இந்த ஷூ, லேஸ் போன்ற கால் சம்பந்தப்பட்ட 'காலைக் கடன்களை' முடிப்பதில் முனைப்பாக இருந்ததில் கிச்சா பின்தங்கிவிட்டான்.

இதற்குள் விமானதளத்தில் மாடிக்கு ஏறிப் போய்விட்ட நாங்கள் மேலேயிருந்து, ''கிச்சா, டயமாச்சு. அந்த கஜபதியோட கண்றாவி பூட்ஸை தலையைச் சுத்தி ஓரமா குப்பைத்தொட்டியில நாசூக்கா எறிஞ்சுட்டு வாடா. நாங்க வேற பூட்ஸ் தர்றோம்'' என்று கோரஸாகக் கெஞ்சினோம். பதிலுக்கு கிச்சா கண்களில் நீர் தளும்ப, ''பாவிங்களா, கஜபதி எனக்கு பாடிபில்டிங் எல்லாம் கத்துக் குடுத்திருக்கான் தெரியுமா? அவன் பூட்ஸை கிண்டல் பண்றீங்களே. ஒண்ணு தெரிஞ்சுக்கோங்கடா, கஜபதியோட பூட்ஸ் இஸ் தி சீக்ரட் ஆஃப் மை எனர்ஜி'' என்று செண்டிமெண்டலாகப் பேசிவிட்டு, கஜபதியின் பிரும்மாண்டமான ஷூவுக்குள்ளிருந்து தம்கட்டி எகிறிக் குதித்து வெளியே வந்தான்.

5

அமெரிக்கா குளிரிலிருந்து பேரனைக் காப்பாற்ற, எச்சுமிப் பாட்டி மவுண்ட் ரோடு ஸ்போர்ட்ஸ்

ஷாப்பில் மெகா சீரியல் லெவலில் ஓயாமல் பேரம் பேசி, ஓசியில் வாங்கிய கைக்குப் போட்டுக் கொள்ளும் லெதர் கிளவுஸை, கிச்சா காலில் மாட்டிக்கொண்டு மறுபடி கஜபதியின் பாதாளக் கிணறு ஷூவுக்குள் இறங்கினான்.

ஷூ டைட்டானது. திருப்தியில்லாத கிச்சா, ஷூ லேஸை மளிகைக்கடை பொட்டலம் கட்டும் லாகவத்தில் மேலும் இறுக்கக்கட்டி, இனிமேல் ஷூவை கஜபதிக்குப் பாதத்தோடு வெட்டித்தான் தரவேண்டும் என்ற அளவுக்கு டைட்டாக்கினான்.

ஞானவாச ஊர்வல மாப்பிள்ளை போல எஸ்கலேட்டரில் தனியாக ஏறிவந்த கிச்சா, ''என் வழி... தனி வழி..'' என்று எங்களைப் பார்த்து ஸ்டைலாகச் சொல்லி எங்கள் வெந்தபுண்ணில் 'படையப்பா' வேலை பாய்ச்சினான். அதாவது, நாங்கள் ஏறும்போது ரிப்பேராகிவிட்ட எஸ்கலேட்டர், கிச்சாவின் கால்பட்டதும் நகரத் தொடங்கியது!

''பெங்களூர், ஹைதராபாத்னு லோக்கல் ஃப்ளைட்டுக்குத்தான் நாம பிளேன் வரைக்கும் நடந்துபோய் படியேறி பிளேனுக்குள்ள போகணும். ஃபாரின் போற பிளேன்ல அந்த ப்ராப்ளம் கிடையாது. இங்கேருந்து அதோ அங்க நிக்கற ஃப்ளைட்டை 'ஏரோ பிரிட்ஜ்'னு குகை மாதிரி ஒரு கூண்டு கனெக்ட் பண்ணும். அந்த ஏரோ பிரிட்ஜ் வழியா நடந்து ஜாலியா போயிரலாம்'' என்று ஆச்சரியத்தில் வாயை ஏரோ பிரிட்ஜ் சைஸுக்குப் பிளந்தபடி நிற்கும் நண்பர்களிடம் என் விமான ஞானத்தை தண்டோரா போட்டு நான் முடிக்கவும், எஸ்கலேட்டருக்குப் பிரியாவிடை கொடுத்துவிட்டு கிச்சா மேல்தளத்தில் காலை வைக்கவும் சரியாக இருந்தது.

''மோகன் சொல்றதை நம்பாதீங்க. ரீல் விடறான். சென்ட்ரலுக்கு முன்னாடி பேஸின் பிரிட்ஜ் இல்லியா அது மாதிரி மீனம்பாக்கத்துக்கு முன்னாடி ஏரோ பிரிட்ஜ் முந்தின ஸ்டாப்பிங், அவ்வளவுதான். ரயில்வே ஸ்டேஷன் அவுட்டர் மாதிரின்னு வெச்சுக்கோங்களேன்'' என்று உளறிக் கொட்டியபடி விமான நிலைய மேல்தளத்தில் கால் வைத்தான் கிச்சா. அதற்குள் இன்ஸ்டண்ட் இட்லி போல அறிவிப்பு வந்தது. 'ஏர் இந்தியாவில் செல்லும் பயணிகள் மன்னிக்கவும்.. ஏரோ பிரிட்ஜில் ஏற்பட்ட திடீர் கோளாறினால் பயணிகள் மறுபடி கீழே சென்று நடந்துபோய் வழக்கமான படியில் ஏறி விமானத் துக்குள் செல்லுமாறு கேட்டுக்கொள்கிறோம்' என பயணிகளுக்கு ஏற்பட்ட உபத்திரவத்தை வழக்கம்போல தமிழ், இந்தி, ஆங்கிலத்தில் மூன்று முறை ஏலம் விட்டார்கள்.

கிச்சாவின் வாக்கு பலித்ததில் புல்லரித்துப்போன என் குழுவினர், அவனை மூதறிஞர் ராஜாஜியைப் பார்ப்பதுபோல பார்த்துவிட்டு, ''எஸ்கலேட்டர், ஏரோ பிரிட்ஜ் என்று ஆசைகாட்டி மோசம் செய்துவிட்டாயே நஞ்சப்பா! என எம்.என். நம்பியார் பாணியில் என்னைப் பார்த்து தங்களது ஏகோபித்த அதிருப்தியை பப்ளிக்காகக் காட்டிவிட்டு கீழ்த்தளம் நோக்கி படியில் இறங்க ஆரம்பித்தார்கள். கிச்சா மட்டும் மேல்நோக்கி நகரும் படிக்கட்டான அந்த எஸ்கலேட்டரில் குதித்து கீழ்நோக்கி ஒவ்வொரு படியாக எதிர்நீச்சல் போட்டுத்தான் ஏரோபிக்ஸ்காரர்களுக்கு சவால்விடும் அளவுக்குச் சாதனை படைத்துக் காட்டினான்.

ஆச்சரியத்தில் என் குழுவினர் தங்கள் பாராட்டுதலை தெரிவிக்க, பலமாகத் தமிழில் கைதட்டினார்கள். அப்போது கூடவே ஒரு இங்கிலீஷ் கிளாப் சத்தமும் கேட்டது.

கிளாப்புக்குச் சொந்தக்காரர் எங்களோடு அமெரிக்கா செல்லும் சக பயணியான சிகாகோ கம்ப்யூட்டர் நிறுவனத்தின் அதிபராம். கணிப்

பொறியில் கொடிகட்டி துணி உலர்த்தும் பில்கேட்ஸின் சாஃப்ட்வேரான 'விண்டோஸுக்கு' போட்டியாக 'பால்கனி', 'போர்டிகோ' என்று பல சாஃப்ட்வேர்களை உருவாக்கும் முயற்சியில் இருக்கும் இவர், கிச்சாவின் ஊர், பேர், குலம் கோத்திரம் எல்லாவற்றையும் விசாரித்து கர்ம சிரத்தை யாகப் பதிவுசெய்து கொண்டார்.

கிச்சாவின் சாதனையை சிகாகோ போய் முதல் காரியமாக இன்டர்நெட்டில் தான் ஆரம்பிக்கப்போகும் வெப்சைட்டான 'டபிள்யூ டபிள்யூ டபிள்யூடாட் எஸ்கலேட்டர் அப் அண்ட் டவுன்டாட் காமில்' (இப்பல்லாம் வத்தகுழம்பு சுட்ட அப்பளத்துக்கெல்லாம்கூட வெப்சைட் வந்துவிட்டது) விரிவாக கவர் செய்யப்போவதாக 'மதர் ப்ராமீஸ்' செய்தார்.

இதனால் என்னுடைய கிரேஸி கிரியேஷன்ஸ் குழு நண்பர்கள் மத்தியில், கண்ணாடி இல்லாமலேயே முகத்தைப் பார்த்துக் கொள்ளும் அளவுக்கு கிச்சாவின் 'இமேஜ்' வளர்ந்ததென்றால், கம்ப்யூட்டர் மவுஸ் சைஸுக்கு என்னுடைய மவுசு குறைய ஆரம்பித்தது. இந்த ரேட்டில் கிச்சா பிரபலமாக ஆரம்பித்தால் எங்கே அமெரிக்கா போய்வருவதற்குள் கிரேஸி கிரியேஷன்ஸ் 'கிச்சா கிரியேஷன்ஸ்' ஆகிவிடுமோ என்ற அச்சத்தில் 'பிளேன் பிடிக்க டைமாச்சு' என்று துரிதப்படுத்தி கிச்சா மீது லயித்திருந்த அவர்கள் கவனத்தை கழுத்தைப் பிடித்து திருப்பி விமானத்தை நோக்கி நடக்கச் சொன்னேன். விமானத்தை நெருங்கும் வரையில் கிச்சாவின் தோளில் அந்த சிகாகோகாரர் கைபோட்டபடி ஆங்கிலத்தில் பேச, கிச்சாவும் பதிலுக்கு சங்கத் தமிழ், செந்தமிழ், மெட்ராஸ் பாஷை என்று பல தமிழ்களில் அளவளாவி, அவருக்குப் புரியவைக்க முயற்சிக்க, காதல் கோட்டையில் பார்க்காமலேயே காதலித்த அஜீத்-தேவயானி போல, இந்த இருவரும் ஒருத்தருக்கொருத்தர் பேசிக்கொள்வது புரியாமலேயே நண்பர்களானார்கள்.

வருடா வருடம் சபரிமலைக்கு நான்கு ஐந்து கடவைகள் 'விசு'வுக்கு, 'மௌலி'க்கு என்று போய்வரும் கிச்சாவுக்கு, விமானத்துக்குள் ஏறிச் செல்லப் போட்டிருந்த படிக்கட்டுகளைப் பார்த்தவுடன் பதினெட்டாம்படி ஞாபகத்துக்கு வந்துவிட்டது. பக்திப் பரவசமான கிச்சா, தன்னுடைய ஹாண்ட் லக்கேஜை தலையில் இருமுடி போல வைத்துக்கொண்டு சிகாகோ காரருக்கே சிலிர்க்கும் அளவுக்கு ''சாமியேய் சரணம் அய்யப்பா'' என்று சான்பிரான்சிஸ்கோவுக்கே கேட்கும் அளவுக்குக் குரல் கொடுத்தான். இது போதாதென்று எங்களையெல்லாம் விலகச் சொல்லிவிட்டு, ''ஒண்ணாம் திருப்படி சரணம் பொன்னய்யப்பா, ரெண்டாம் திருப்படி சரணம் பொன்னய்யப்பா'' என்று படிக்குப் படி சரணம் சொல்லி ஏற ஆரம்பித்தான்.

கிச்சாவின் இந்தத் திடீர் உணர்ச்சிவசத்தைப் பற்றி ரயில் ஸ்நேகம் போல கிச்சாவோடு பிளேன் ஸ்நேகமாகிவிட்ட சிகாகோகாரர் விசாரிக்க, நானும் 'பதினெட்டாம்படி, இருமுடி, சரணம்' என்று லேசாக விரிசல் விட்டு உடைந்த ஆங்கிலத்தில் 'ஐயப்ப உபன்யாஸம்' செய்தேன். புதிதாகக் கேள்விப்படும் எதையும் உதாசீனப்படுத்தாமல் 'ட்ரை' பண்ணிப் பார்க்கும்

'க்யூரியாஸிடி' கொண்ட 'டிப்பிக்கல்' அமெரிக்கக்காரரான அந்த சிகா கோகார், தனது லாப்டாப் கம்ப்யூட்டரை தலையில் இருமுடி போல வைத்துக் கொண்டு ''ஃபர்ஸ்ட் ஸ்டெப் ஸ்டேர்கேஸ் சரண்டர் கோல்டு அய்யப்பா, செகண்ட் ஸ்டெப் ஸ்டேர்கேஸ் சரண்டர் கோல்டு அய்யப்பா'' என்று உரக்க கூறியபடி கிச்சாவின் நட்புக்கு குரல் கொடுத்தார். பதினேழாவது படியில் கிச்சாவுக்குக் கால் இடற, அதனால் அவன்தலையில் இருந்த 'இருமுடி' ஸாரி, ஹாண்ட் லக்கேஜ் நழுவி விழுந்தது. நியூ யார்க் ஒண்ணுவிட்ட பேத்தியின் மசக்கைக்காக எச்சுமிப் பாட்டி ரொப்பியிருந்த கொழ கொழ 'ஜவ்வரிசி கூழ்' டப்பாவோடு கொட்டி, சாதாரணப் படிக் கட்டை ஜவ்வரிசி கூழ் வழுக்கலால் கீழ்நோக்கிச் செல்லும் எஸ்கலேட்டர் ஆக்கியது.

ஒரு மாதிரியாக சுதாரித்து உள்ளே நுழைந்த எங்களை விமான வாசலில் நின்றபடி இருகரம் கூப்பி பவ்யமாக, அதே சமயத்தில் கடன் எழவே என்று 'வெல்கம்' கூறி வரவேற்கும் ஏர் ஹோஸ்டலை சக பயணி என்று நினைத்து விட்டான் கிச்சா.

''மொதல்ல நீ போய் உக்காரும்மா, அப்புறம் உனக்கு உக்காரஎடம் கிடைக் காமப் போயிடப் போறது, அட்லீஸ்ட் சீட்டுல கர்ச்சீப்பானா போட்டு வெச்சியா?'' என்று கரிசனத்தோடு கூறிவிட்டு அவளை வாத்ஸல்யமாகப் பார்த்து, ''எவ்வளவு அழகா இருக்கே! உனக்கு மட்டும் நாலு கையும் நிக்கறதுக்கு கீழே தாமரைப்பூவும் இருந்தா போறும் சாட்சாத் மகாலட்சுமி மாதிரி இருப்பே உனக்கென்ன தலையெழுத்தா கண்டவனுக்கெல்லாம் 'வெல்கம்' சொல்ல'' என்று கூறியவன், என்னைப் பார்த்து, ''ஏண்டா மோகன், இவளை நம்ம சிங்கராச்சாரி தெரு சீமாச்சுக்குப் பாத்தா என்ன? நல்ல அயனான வரன். நீ என்ன கோத்திரம்மா?'' என்று கேட்டான்.

அந்த ஏர் ஹோஸ்டல் விக்கி விக்கி அழ ஆரம்பித்தாள். வெலவெலத்துப் போன நான், ''அம்மாதாயே, அவன்ஒரு ரெண்டுங்கெட்டான். அவன்சார்பா நான்'' என்று தொடர்வதற்குள் அவள் இடைமறித்து கிச்சாவைக் கனிவாகப் பார்த்தாள்.

''சார்! நீங்க எச்சுமிப் பாட்டி பேரன் கிச்சாதானே? திருவல்லிக்கேணியில் பாத்திருக்கேன்'' என்று கூறி என்னைக் குழப்பினாள்.

''சார்! நீங்க சொன்ன சீமாச்சுவும் நானும் லவ் பண்றோம். ப்ராப்ளம் என்னன்னா சீமாச்சு ஐயங்கார். நான் ஐயர். நீங்கதான் எப்படியானா சீமாச்சு அப்பாவை கன்வின்ஸ் பண்ணி எங்க கல்யாணத்தை நடத்தி வைக்கணும்'' என்று கிச்சாவிடம் கெஞ்சினாள். ''நீ ஒண்ணும் கவலைப்படாத சீமாச்சு வோட அப்பாவை அந்த காலத்துல படிக்க வெச்சதே எங்க தாத்தாதான். உனக்கும் சீமாச்சுவுக்கும் கல்யாணம் பண்ணி வைக்கறது என் பொறுப்பு. அப்புறம் ஜானவாச ஊர்வலத்தை காருக்குப் பதிலா பிளேன்ல விட்டு காமிக்கலை 'கிச்சா'ங்கிற என் பேரை 'சாக்கி' மாத்திக்கறேன். போறுமா'' என்று வீராவேசமாகப் பேசி என் மார்பில் தட்டினான்.

நெகிழ்ந்துபோன அவள் ஃபாரின் சோப்பு, சீப்பு, செண்ட் பாட்டில், ஷேவிங் ரேஸர் அடங்கிய கிட்டை கிச்சாவுக்கு காம்ப்ளிமெண்டாக அளித்தாள். அதோடு நில்லாமல் எக்கானமி கிளாஸ் டிக்கெட்டில் எங்களோடு டிராவல் செய்ய வேண்டிய கிச்சாவை எக்ஸிக்யூட்டிவ் கிளாஸில் சிகாகோகாரருக்குப் பக்கத்தில் காலியாக இருந்த சீட்டில் உட்கார்ந்து கொள்ளச்சொன்னாள். அதிர்ஷ்டம் அடிக்கும் என்பார்கள். ஆனால், கிச்சாவோ அசிர்ஷ்டத்தை அடித்து தொடையைக் கிள்ளிக் காதைப் பிடித்து தரதரவென்று தன் கூடவே இழுத்துப் போகிறான்.

இதற்குள் சீமாச்சுவின் ஷக்கலக்க பேபி, தன் காதல் காவலன் கிச்சாவைப் பற்றி காக்பிட்டில் ஆரம்பித்து கடைசி டாய்லெட் வரை சொல்ல, பைலட், கோ-பைலட், ஸ்டுவர்ட், வேறு சீமாச்சுகளைக் காதலிக்கும் மற்ற ஏர் ஹோஸ்டஸ்கள் எல்லோரும் கிச்சாவை அயல்நாட்டு அதிபரைப் பார்ப்பது போல பார்த்தார்கள்.

புறப்பட ஆயத்தமான அந்த போயிங் ரன்வேக்குச் செல்ல முதலில் ரிவர்ஸில் மெல்லப் போய், பிறகு ஆறு மாச புள்ளைத்தாச்சி போல அன்னநடை பயில ஆரம்பித்து, திடீரென்று கர்ஜித்து பிளிறியபடி ரன்வேயில் அசுர வேகத்தில் ஓடி, ஒரு கட்டத்தில் ஊளையிட்டபடி டேக் ஆஃப் செய்து, ஆகாசத்தில் அமைதியாக தவழ ஆரம்பித்தது.

6

மீனம்பாக்கத்திலிருந்து டேக் ஆஃப் செய்த ஏர் இந்தியா விமானம், கிச்சா பாஷையில் அடுத்த ஸ்டேஷனான சிங்கப்பூர் 'சாங்கி' ஏர்போர்ட் நோக்கி பறக்க ஆரம்பித்தது.

மின்சார நாற்காலியில் மரண தண்டனைக்காக அமர்ந்திருக்கும் கைதி போல பாதுகாப்பு ஸீட் பெல்ட்டை இறுக்க கட்டிக் கொண்டு உட்கார்ந் திருந்த ஏ.ஆர்.எஸ்.ஸின் கலவரம், போயிங்கின் அசுர டேக் ஆஃபால் களேபரம் ஆக, கூடுதல் பாதுகாப்புக்காக பெல்ட்டோடு சேர்த்து அருகில் இருந்த என்னையும் கட்டிக்கொண்டான்.

இந்த நேரம் பார்த்து காக்பிட்டிலிருந்து மைக் மூலமாக தன்னை அறிமுகம் செய்துகொண்ட சீஃப் பைலட், ''நாம் இப்போது வங்காள விரிகுடா கடலுக்கு மேல் நாற்பதாயிரத்து நானூத்து நாப்பத்துநாலு அடி உயரத்தில் இருக் கிறோம்'' என்று என்னமோ நம்பிக்கை இல்லா விட்டால் பயணிகள் ஸ்கேலை வைத்து அளந்து சரிபார்த்துக் கொள்ளலாம் என்ற ரீதியில் பயணி களுக்குள் பைசா பிரயோஜனமில்லாத புள்ளிவி வரத்தை அள்ளித் தெளித்தார். இதைக் கேட்டவுடன் 'மேல பாம்பு, கீழ முதலை' மாதிரி ''மேல ஆகாசம், கீழ கடல்'' என்று பிலாஸபி கலாக ஆரம்பித்த ஏ.ஆர்.எஸ்.ஸின் பயம் பிராக்டி கலாக மாறி, ''மோகன், இது என்ன டைப் பிளேன் வெஸ்பாவா? லாம்பரட்டாவா? ஏன்னா ஒருவேளை ஸ்பார்க் ப்ளக் அடைச்சுண்டு பிளேன் நின்னு போச்சுன்னா, மாடு சாணி போடற மாதிரி பிளேன் 'தொப்'புன்னு கடல்ல விழுந்துடும். குழந்தையா இருந்தப்போதைரல நீஞ்சினதோட சரி.'' என்று சம்பந்தா சம்பந்தமில்லாமல் ஒப்பாரி வைக்க ஆரம்பித்தான்.

ஒரு வங்கியில் முக்கிய பொறுப்பு வகிக்கும் ஏ.ஆர்.எஸ்.ஸின் கதி இப்படியென்றால், பொறுப்பே இல்லாத, எதுவுமே தெரியாத, 'மாங்கா தேங்கா பட்டாணி சுண்டல்' மடையனான கிச்சா, ஏற்கென்வே போட்ட நாலு ரவுண்ட் விஸ்கியால் மப்பாகி 'கிக்காகோ'காரராகியிருந்த சிக்காகோகாரரின் கால் மேல் தன் கால் போட்டுக்கொண்டு ஏர்.ஆர்.எஸ். காதில் விழும்படி

''போனால் போகட்டும் போடா, இந்த பூமியில் (நிறுத்தி 'ஸாரி' சொல்லி) வானத்தில் நிலையாக வாழ்ந்தவர் யாரடா?'' என்று பாடிக்கொண்டிருந்தான்.

ஓர் ஏர் ஹோஸ்டஸ் மட்டும் (இவள் ஷக்கலக்க பேபி அல்ல.. உன்னிப்பாக 'லுக்கு விடும் பேபி') பாதுகாப்பு பெல்ட் போட்டுக் கொள்ளாமல் கிச்சா உட்கார்ந்து இருப்பதைப் பார்த்து, ''ஏன் நீங்கள் மட்டும் பாதுகாப்பு பெல்ட் போட்டுக்கொள்ளவில்லை?'' என்று தெரியாத்தனமாகக் கேட்டுத் தொலைத்து விட்டாள். அவள் ஆங்கிலத்தில் கேட்டதை அரைகுறையாகப் புரிந்துகொண்ட கிச்சா, தடாலென்று எழுந்து அந்த அம்மணியிடம், ''மேடம், வீட்டுலேந்து கிளம்பறச்சவே பக்கத்து வீட்டு பக்தவச்சலம் பொறாமைக் கண்பட்டு என் பெல்ட் பிஞ்சிடுச்சு. ஆபத்துக்கு பாதகமில் லேன்னு பேண்டைச் சுத்தி இறுக்கமா சணல் கயிறால கட்டிண்டிருக்கேன். என் அவஸ்தை புரியாம நாலு பேர் முன்னாடி 'பெல்ட் போட்டுக்கோ, பெல்ட் போட்டுக்கோ'ன்னு அழிச்சாட்டியமா பிடிவாதம் பண்ணி என் மானத்தை வாங்கறேளே'' என்று கிசுகிசுத்தான்.

விமானம் ஆபத்துக்குள்ளாகும் நேரத்தில் தப்பிக்க எமர்ஜென்ஸி வாசல் களைத் திறக்கும் விதத்தையும், விமானத்துக்குள் அழுத்தம் வேறுபடும் நேரங்களில் தலைக்குமேல் பிளாஸ்டிக் பையில் இருக்கும் ஆக்ஸிஜனை உபயோகிக்கும் வழிமுறைகளையும் ஒரு பணிப்பெண் கலாக்ஷேத்ரா நாட்டிய ரேஞ்சில் அபிநயித்துக் காட்ட, இது ஏதோ பயணிகளுக்கான என்டர்டெயின்மெண்ட் என்று நினைத்து புல்லரித்துப்போன கிச்சா படபடவென்று கைதட்டி 'ஒன்ஸ்மோர்' என்று கூவி, விசிலடித்து ரசாபாசம் செய்தான்.

டேக் ஆஃபின்போது சிலருக்கு காது அடைக்கும். காதில் பஞ்சை வைத்துக் கொண்டால் அடைப்பு அவஸ்தையைத் தவிர்க்கலாம். இதற்காக பஞ்சை தட்டில் வைத்து விநியோகம் செய்ய வந்தவள், ''காட்டன் ப்ளீஸ்'' என்று கிச்சாவிடம் சொல்ல, அவன் அந்தத் தட்டிலுள்ள அத்தனை பஞ்சையும் அள்ளி எடுத்து, காதுக்குள் பலாத்காரமாக திணித்துக்கொண்டான்.

எல்லோரும் பிளேனில் வழங்கப்பட்ட ஆரஞ்சு ஜூஸை டீஸன்ட்டாக ஒரு டம்ளர் சாப்பிட்டால், கிச்சா மட்டும் கூச்சப்படாமல் ஆறு அஞ்சு முப்பது டம்ளர் ஜூஸ் சாப்பிட்டு டாய்லெட்டில் 'வீடு காலியில்லை' என்று போர்டு போடும் அளவுக்கு அங்கேயே குடியிருந்தான்.

பிரேக் ஃபாஸ்ட் சமயத்தின்போது 'பெல்ட் போட்டுக்கச் சொன்ன ஒரு காரணத்துக்காக இந்த ராஸ்கல் தன்னைக் கேலி செய்கிறான்' என்று தவறாகப் புரிந்துகொண்ட அந்த உணர்ச்சிவசப்படும் கறாரான ஏர் ஹோஸ்டஸ், ''விமானத்தில் உண்பதற்கு நீங்கள் பிரியப்படுவது வெஜிடேரியனா இல்லை நான்-வெஜிடேரியனா?'' என்று எல்லோரிடத்திலும் கேட்டுக் கொண்டே வந்தவள், கிச்சாவை மட்டம் தட்ட நினைத்து, ''என்னங்க, நீங்க சைவமா?'' என்று தமிழில் கேட்க, 'இல்லை வைணவம்' என்று கூறி அவள் நக்கலுக்கு நாமம் போட்டான்.

பிரேக் ஃபாஸ்ட் முடிந்ததும் பல்லு குத்தும் குச்சிகள் அடங்கிய தட்டை பணிப்பெண் நீட்ட, கிச்சா ஐம்பது அறுபது குச்சிகளை எடுத்துக்கொண்டு என்னைப் பார்த்து, ''மோகன், நீயும் என் சார்பா நெறைய எடுத்துக்கோடா, நாமம் இட்டுக்க உபயோகமா இருக்கும். அமெரிக்கால ஈர்க்குச்சி எல்லாம் கிடைக்காதாம்'' என்று சொல்லி கூசவைத்தான்.

இத்தனை கூத்தடித்தும் சிங்கராச்சாரி தெரு சீமாச்சு, ஏர் ஹோஸ்டஸ் ஷக்கலக்க பேபியின் காதலை நல்லபடியாக கல்யாணத்தில் முடித்துவைக்கப் போகிறவன் என்ற ஒரே தகுதிக்காக ஏர் இந்தியா சிப்பந்திகள் கிச்சாவைப் பொறுத்துக் கொண்டாலும், 'இதுமாதிரி ஒரு ஜென்மத்தை ட்ரூப்பில் சேர்த்து வைத்துக் கொண்டிருக்கிறாயே?' என்ற பாவத்தில் எங்களைப் பழைய மாடல் 'டக்கோட்டா' விமானத்தைப் பார்ப்பது போல கேவலமாகப் பார்த்தார்கள்.

இதற்கிடையே ஒரு கையால் விஸ்கி குடித்துக்கொண்டே மறுகையால் லாப்டாப் கம்ப்யூட்டரை நோண்டிக்கொண்டிருந்த அந்த சிகாகோகாரருக்கு சைட் டிஷ் ஆக எச்சுமிப் பாட்டி தனக்கு வழித்துணையாக கொடுத்திருந்த முறுக்கு, சீடைகளை அவருடைய திறந்த வாய்க்குள் ஊட்டிவிட்டுக் கொண்டிருந்தான் கிச்சா. ஏற்கெனவே வாயு பிராப்ளத்தால் கஷ்டப்பட்டுக் கொண்டிருக்கும் அந்த சிகாகோகாரர், எச்சுமிப் பாட்டியின் உளுந்து பதார்த் தங்களை ஓவராகச் சாப்பிட்டால் உப்புசமாகி 'வாயு தூத்தாக' கை கால் மடங்கி, சோர்ந்து கிச்சாவின் தொடையில் மயங்கி விழுந்தார்.

இதுதான் சமயமென்று கிச்சா அவரது லாப்டாப் கம்ப்யூட்டரை எடுத்துக் கொண்டு என்னிடம் வந்தான். ''மோகன், பாட்டிக்கு ஈமெயில் அடிக்கணும். வெள்ளக்காரன் எழுந்து வர்றதுக்குள்ள நான் டிக்டேட் பண்ணறேன். நீ வேகமா டைப் பண்ணிடு'' என்று சொன்னவனிடம் ''எச்சுமிப் பாட்டி யோடக் கம்ப்யூட்டரோட ஈமெயில் அட்ரஸ் சொல்லு'' என்று நான் ரெடியானேன்.

''எச்சுமிப் பாட்டி அட் பி பி கே'' என்றவனை நிறுத்தி, ''அது என்ன அட் பி பி கே?'' என்று நான் கேட்க, ''பி பி கே ஃபார் பார்த்தசாரதி பொருமாள் கோயில். பாட்டி ஏதோ ஒரு மெயில் சிட்டிக்குப் போய் ஸ்பெஷலா வாங்கியி ருக்காடா'' என்ற கிச்சா, விஷயத்தை டிக்டேட் செய்ய ஆரம்பித்தான்.

''டியர் எச்சுமி கிராண்ட்பா'' என்றவனை, ''முண்டம். பாட்டிக்கு இங்கிலீஷ்ல கிராண்ட்பா இல்லடா கிராண்ட்மா'' என்று நான் திட்ட, எனக்கும் இங்கிலீஷ் தெரியும்டா, எச்சுமிப் பாட்டி எனக்கு அப்பா வழிப் பாட்டி, அதான் கிராண்ட்பா, போறுமா'' என்று தொடர்ந்தான்:

''திஸ் ஈஸ் கிச்சா ஃப்ரம் ஸ்கை லெவல்.. நத்திங்டு ஸீ அவுட்சைட் விண்டோ வேடிக்கை. ஐ ஸீ ஒன்லி பெருமாள் கலர் ப்ளூ. போயிங் ஈஸ் கோயிங் ஸ்மூத்லி. பைலட் ஈஸ் எ குட் டிரைவர். லைக் அவர் ஜட்கா வண்டி ஏழுமலை. நெக்ஸ்ட் டு பைலட், தேர் ஈஸ் எக்ஸீனர் பாய் ஈஸ் சிட்டிங். கால்

ஹிம் கோ-பைலட்'' என்று வெள்ளையனை இங்கிலாந்திலிருந்தே விரட்டும் அளவுக்கு டிக்டேஷனைத் தொடர்ந்தான்..

''கமிங் டு தி பால் பாயிண்ட். பை தி பை, ஃபர்காட்டன் தி ரொடேன் ஃபர்ஸ்ட் லைன். வெல் வெல்லறிய ஈகர் டெல் சீமாச்சு ஃபாதர் டு மேரி வத்சலா'' என்று உளற பக்கத்தில் நின்றுகொண்டு இதைக் கேட்டுக்கொண்டிருந்த வத்சலா பயந்து, ''ஐயோ, நான் லவ் பண்றது ஃபாதரை இல்லை. அவரோட சன்னை'' என்று இடைமறித்தாள். கிச்சா கண்களால் அவளைச் சமாதானப்படுத்தி, ''மோகன், கரெக்ஷன் வத்சலா ஈஸ் இன் லவ் வித் ஹிஸ் சன்'' என்று அடைமழை போல உளறினான்.

''சப்போஸ் இஃப் வத்சலா - சீமாச்சு மேரேஜ் ஈஸ் நாட் வாக்கிங் (அதாவது நடக்கலைன்னா) ஆஸ்க் ஹிம் டு கிவ் பேக் தி ஹண்ட்ரட் ரூபீஸ் டு யுவர் ஹஸ்பண்ட் கேவ் ஃபார் படிக்க வெச்சுஃபயிங் ஹிம். வித் வட்டி (கால்குலேட்டரை வத்சலாவிடமிருந்து வாங்கி கணக்குப்போட்டுப் பார்த்து) நெள இட் ஈஸ் டு லாக்ஸ் ருபீஸ். ஸே திஸ் டு சீமாச்சு ஃபாதர் ஆன் மை பிஹாஃப் அண்ட் கன்சீவ் ஹிம்'' என்று முடித்தான். கன்வின்சை கன்சீவ் என்று கிச்சா உளறினாலும், இவனைத் திருத்துவது பரீட்சை பேப்பரைத் திருத்துவதைவிட கஷ்டம் என்று புரிந்துகொண்ட நான், ஓரளவு சுத்தமான ஆங்கிலத்தில் அவன் சொன்னதை எல்லாம் டைப் செய்து ஈமெயிலை பாட்டிக்கு அனுப்பினேன்.

பத்தாவது நிமிடம் எச்சுமிப் பாட்டியிடமிருந்து பதில் ஈமெயில்.

''டன். சீமாச்சு ஃபாதர் பிளாகாட் சரண்டர்ட். மேரேஜ் ஃபிக்ஸ்டு இன் தை மன்த். பிகாஸ் தை பர்த் வே பர்த்'' (தை பொறந்தா வழி பொறக்குமாம்) என்று ஆங்கிலத்தில் பேரனுக்கு தானும் சளைத்தவளல்ல என்று பாட்டி நிரூபித்தாள்.

''திருமணங்கள் சொர்க்கத்தில் நிச்சயமாறதுன்னு பெரியவா சொல்லுவா. நான் பார், உன் திருமணத்தைக் கிட்டத்தட்ட சொர்க்கத்துக்கிட்ட ஆகாசத்துல நிச்சயம் பண்ணிட்டேன்'' என்று வத்சலாவைப் பார்த்துச் சொன்னான் கிச்சா.

கல்யாணம் நிச்சயமான சந்தோஷத்தில் போயிங்காரர்கள் அனைவரும் வத்சலா சார்பாக பேக்கு கிச்சாவுக்கு கேக்கு கொடுத்து கட் பண்ணச் சொன்னார்கள். கேக்கை வெட்டி ஆறு மாதத்துக்குப் பிறகு வரப்போகும் பிறந்த நாளைக் கொண்டாடுவதா, அல்லது ஐந்து மாதங்களுக்கு முன்பே முடிந்துவிட்ட பிறந்தநாளைக் கொண்டாடுவதா என்ற குழப்பத்தில் இருந்த கிச்சா, திடீரென்று ஒரு முடிவுக்கு வந்து, ''தோ பாருங்க, இதான் நான் முதல் தடவையா விமானத்துல பறக்கறேன். ஸோ, பிறந்தநாளுக்குப் பதிலா நான் மொதல்ல பறந்த நாளைக் கொண்டாடுவோம்'' என்று கூறி கேக்கை யாரும் சாப்பிட முடியாதபடி சின்னாபின்னமாக வெட்டினான்.

இந்த கூத்தெல்லாம் முடிவதற்கும் சிங்கப்பூர் 'சாங்கி' ஏர்போர்ட் ரன்வேயில் ஏர் இந்தியா விமானம் இறங்குவதற்கும் சரியாக இருந்தது.

கிச்சா - எச்சுமிப் பாட்டி ஈமெயில் தாக்குதலால் வைரஸால் பாதிக்கப்பட்ட லாப்டாப் கம்ப்யூட்டர் 'லப்டப்.. லப்டப்' என்று சத்தம் போட, கிச்சா சத்தம் போடாமல் அதை மயங்கிக் கிடக்கும் சிகாகோகாரர் மடியில் வைத்துவிட்டு சிங்கப்பூர் ஏர்போர்ட்டில் எங்களுடன் இறங்கினான்.

சிங்கப்பூரை அமெரிக்கா என்று நினைத்த கிச்சா, ''மோகன் என்னடாது, தமிழங்க இருக்காங்க. இது தவிர சப்பை மூக்கும் சாணை வாயுமா சைனாக் காரங்க வேற, அமெரிக்கால இருந்தவாள்ளாம் கிளிண்டன்கிட்ட கோச்சுண்டு காலி பண்ணிண்டு போயிட்டாளா?'' என்று அபத்தமாக கேட்டான்.

''முட்டாள், காலி பண்ணிண்டு போக அமெரிக்கா என்ன திருவல்லிக்கேணி ஒண்டுக் குடித்தனமா? இது சிங்கப்பூர்டா'' என்று சொல்லி அவனை இழுத்துக்கொண்டு நாங்கள் சிங்கப்பூரிலிருந்து நேராக நியூ யார்க் ஜே.எஃப்.கே. ஏர்போர்ட் செல்லும் 'கொரியன் ஏர்வேஸை' பிடிக்க விரைந்தோம்.

ஏர் இந்தியா விமானத்தில் அரையணா ஆங்கிலத்தை வைத்துக்கொண்டு அனைவரையும் பாடாகப் படுத்திய கிச்சா, கொரியன் ஏர்லைன்ஸில் ஏறியவுடன் கப்சிப் ஆனான். காரணம், கொரியன் ஏர்வேஸில் ஏர் ஹோஸ்டஸ்களில் ஆரம்பித்து சக கொரியப் பயணிகள் வரை அனைவரும் ''மோஸி மோஸி'' (ஹலோ.. ஹலோ), ''கம்ஸமீட்டா'' (மிக்க நன்றி..), ''ஏஹயோ கொதாப் மாஸ்தா'' (நன்றி.. மீண்டும் வருக) என்று என்னமோ சைனீஸ் ரெஸ்டாரெண்ட பதார்த்தங்களை பேரர் படிப்பதுபோல கொரியன் பாஷையில் 'காச்சுழுச்' என்று பேசிக்கொண்டிருந் தார்கள். அவர்கள் கொரியனில் பேசுவது புரியாமல் போக, 'யாமறிந்த மொழிகளிலே கிச்சா மொழிபோல முழிப்பதெங்கும் காணோம்' என்று பாடும் அளவுக்கு கிச்சா பேய்முழி முழித்தான்.

புரட்சித் தலைவரின் 'வேட்டைக்காரன்' படத்தை தங்கள் சகாக்களோடு வெலிங்டன் தியேட்டரில் விசிலடித்து ரகளையாக ரசிக்கும் ரசிகர்கள், யதேச்சையாக ஆங்கிலப் புரட்சித்தலைவர் ஜேம்ஸ்பாண்ட் சினிமா பார்க்க சஃபையர் தியேட்டரில் நுழைந்துவிடுவார்கள். அங்கு நிலவும் அமானுஷ்ய அமைதி, எலும்பைக் கூசவைக்கும் ஏ.சி.யின் குளிர்ச்சி போன்ற அறிமுகம் இல்லாத சூழ்நிலையால் பாதிக்கப்பட்டு, அச்சம், மடம், நாணம், பயிர்ப்போடு 'ரீஜெண்ட்டாக' நடந்துபோய் தங்கள் சீட்டில் பூஞ்சக்காளான் போல அமர்வார்கள். அதுபோல, ஏர் இந்தியாவில் தமிழர்கள் மத்தியில் தூள்பரப்பிய தில்லக்கேணி கிச்சா, கண்ணுக்குப் பிறகு நேராக வாய்தான் எனும் அளவுக்குச் சப்பை மூக்கோடு சர்வ லட்சணமாக முழியும் முழியுமாக (மூக்குதான் இல்லையே) இருந்த கொரியன் ஏர் ஹோஸ்டஸ்ஸிடம், தயங்கியபடி போர்டிங் பாஸைக் காட்டி ''உக்காச்சிக்க கிச்சாக்கோ ஸீட்'' என்று

7

கொரியன் பாஷை ஜாடையில் அவலமாகக் கெஞ்சிக்கொண்டிருந்தான். அவள் அவனை இட்டுச் சென்று, அவன் சீட்டைக் காட்டி ''அன்யாங்'' (கொரியனில் 'குட்மார்னிங்') என்றாள். அர்த்தம் புரியாத கிச்சா, ஏதோ ஒரு தில்லில் ''விஷ் யூ தி ஸேம் அன்யாங்'' என்று கூற, சிலிர்த்துப்போன அந்த கொரியாக்காரி ''கம்ஸமீட்டா'' என்றாள்.

கொஞ்சம் கூச்சம் தெளிந்த கிச்சா, 'கம்ஸமீட்டா'வுக்குப் பதிலாக தன் சார்பாக ''சிசுபாலமீட்டா'' என்று உளற, மூக்குதான் இல்லையே தவிர, தனக்குத் தானே ரகசியம் பேசிக்கொள்ளும் அளவுக்குக் காதுவரை நீண்ட வாய் உடைய அவள், பற்கள் தெரிய பலமாகச் சிரித்து, கொரியாவைச் சிரியாவாக்கினாள்.

பிறகு கிச்சாவிடம் ''குடிப்பதற்கு என்ன ஜூஸ் வேண்டும்?'' என்று கொரியன் பாஷையில் கேட்டு ஏர்ஹோஸ்டல் கடையை விரிக்க, அவள்

அபிநயத்தை வைத்து சாராம்சத்தைப் புரிந்துகொண்ட கிச்சா, கொய்யா, தக்காளி, மாம்பழம் போன்ற தனக்குப் பிடித்த ஜூஸ்களுக்கு ஆங்கிலத்தில் என்ன பெயரிட்டுக் கேட்பார்கள் என்று சற்றுக் குழம்பினான். முடிவில் இவளது இம்சையிலிருந்து தப்பித்தால் போதும் என்று ''கெட் மி ப்ளெயின் வாட்டர் ஜூஸ்'' என்று சொல்லி அவளை மிரளவைத்து அனுப்பினான்.

'அப்பாடா! இந்த அழகான ராட்சஸியிடமிருந்து தப்பித்தோம்' என்று ஹாயாக கிச்சா சீட்டில் சாயும் நேரத்தில் அவன் பக்கத்து சீட்டில் 'இப்பத்தான் பத்து நிமிஷத்துக்கு முன்னாடி குறைப்பிரசவமா பொறந்துருப்பாரோ?' என்று சந்தேகப்படும் அளவுக்குத் தம்மாத்தூண்டு சைஸில் குந்தியிருந்த ஒரு ஜப்பானியப் பெரியவர் கிச்சாவைப் பார்த்து பவ்யமாகச் சிரித்து, ''மோஸி மோஸி'' (அதாவது ஹலோ) என்று சொல்ல, ஜூஸ் ஞாபகத்தில் இருந்த கிச்சா ''ஜூஸி ஜூஸி'' என்று உளற, குழப்பத்தில் அவர் இன்னமும் குள்ளமானார். பிறகு அவர் சீட்டில் கிட்டத்தட்ட உட்கார்ந்தபடி எழுந்து நின்று (அவரால் மட்டும்தான் முடியும். அந்த அளவுக்கு மினியேச்சர் சைஸில் இருந்தார்) தலையை குனிந்து குனிந்து கிச்சாவுக்கு 'ஜப்பான் நமஸ்தே' தெரிவித்துவிட்டு தன்னை ''சச்சு மாட்ஸியோ குச்சாமி'' என்று அறிமுகம் செய்துகொண்டார். 'சச்சுப் பாட்டியோட பேரன் குருசாமி' என்பதைத்தான் ஜப்பான் மொழியில் 'சச்சு மாட்ஸியோ குச்சாமி' என்று சொல்கிறார் என்று நினைத்து கிச்சா அவரிடம், ''எச்சுமிப் பாட்ஸியோ கிச்சாமி'' என்று தன்னை அறிமுகம் செய்துகொண்டான்.

அவன் அப்படிச் சொன்னது, பெரியவர் (ஸாரி.. சிறியவர்) காதில் ஏதோ ஒரு ஜப்பான் பெயர் போல விழ. 'அட, இது நம்ம ஆளு!' என்ற பாவத்தில் பார்த்தார். 'அமெரிக்கா போகும் வரை பேச்சுத்துணைக்கு வசமாக மாட்டிக்கொண்டான் கபாலி!' என்ற புளகாங்கிதத்தில் அவருக்குச் சற்று உசரமே கூடிவிட்டது!

'ஹிரோஷிமா, நாகசாகி, அகிரோ குரோசோவா என்று ஆரம்பித்து இன்றைய ஹோண்டா கவாஸகி வரை ஜப்பானின் வளர்ச்சியை ஒன்றுவிடாமல் கிச்சா காது கழுதைக் காது சைஸ் ஆகும் அளவுக்கு 'கிச்சு கிச்சுக்கோ அச்சுபிச்சுச்சோ' என்று ஜப்பானிய மொழியில் அவர் லெக்சர் அடிக்க, நக்கீரனிடம் மாட்டிக் கொண்ட நாகேஷ் தருமி போல கிச்சா நரக வேதனை அடைந்தான். இப்படியே இவர் வற்றாத ஜீவநதி போல தொணதொணத்துக்கொண்டே இருந்தால், நியூ யார்க் போய்ச் சேருவதற்குள் எங்கே தன் காதில் உள்ள செவிப்பறையில் யாரையாவது குடித்தனம் வைக்கும் அளவுக்கு ஐவ்வு கிழிந்து காலியாகிவிடுமோ என்று பயந்து பொறுமை இழந்தான் கிச்சா.

''அடேய் குள்ளா, திருக்குறள் சைஸுக்கு இருந்துட்டு பெரிய புராணம் ரேஞ்சுல பேசறியே, தெரியாமத்தான் கேக்கறேன், ஜப்பான்ல உனக்குச் சொந்த ஊர டோக்கியோவா இல்லை, டாக்கியோவா?'' என்று ஆசை தீர தமிழில் திட்டிவிட்டு, ''ஹலோ, ஒல்டு மேன், ஐ அம் நாட் எஜப்பான்காரன். லுக் மை நோஸ். இட் ஈஸ் ஆஸ் ஷார்ப் ஆஸ் எ சீவின பென்ஸில், ஓகே'' என்று தமிழ் கலந்த ஆங்கிலத்தில் தன்னிலை விளக்கம் அளித்தான்.

ஒரளவுக்கு ஆங்கிலமும் தெரிந்த அந்தப் பெரியவர், "ஐ யாம் ஸாரி, ஐ தாட் யூ ஆர் எ ஜப்பானீஸ்" என்று மன்னிப்பு கேட்டவர், "ஆர் யூ எ கொரியன்?" என வினவ, ஆக்ரோஷமான கிச்சா "மிஸ்டர், ஐ யாம் அன் இந்தியன். நாட் ஷங்கர்ஸ் இந்தியன், த்ரு அவுட் தி டே ஐயாம் அன் இந்தியன்" என்று பொரிந்து கொட்டினான்.

அப்போது பார்த்து அந்த 'அழகான ராட்சஸி'யான கொரியன் ஏர் ஹோஸ்டஸ் ரொம்ப மெனக்கெட்டு ஜூஸிலிருந்து வாட்டரை வடிகட்டி எடுத்துவந்து கிச்சாவிடம், "சார், வாட்டர் ஜூஸ்" என்று கொடுக்க, டம்ளர் அடியில் தேங்கியிருந்த அந்த வாட்டரைப் பார்த்த கிச்சா வெறுப்பாகி "குடிக்கத் தண்ணி கேட்டா இத்துனுண்டு தர்றியே? நான் என்ன காக்காவா, கல்லைப் போட்டுக் குடிக்க. அடியே அம்மங்கா. இது வாட்டர் ஜூஸ் இல்லை, வாட்டர் கஞ்ஜூஸ்" என்று அலறினான்!

'இன்றைய சிரமம், நாளைய சௌகரியம்' என்ற சென்னை கார்ப்பரேஷன் போர்டு டைப்பில், கிச்சாவின் இன்றைய தவிப்பு எனக்கு இன்றைய லயிப்பாக இருந்தது. ஏர் இந்தியாவில் கொடிகட்டிய கிச்சாவின் புகழ், கொரியன் ஏர்வேஸில் அரைக்கம்பத்தில் பறப்பது கண்டு மகிழ்ந்தேன்.

அதற்குள் அந்த ஜப்பான்காரர் தனது ஹாண்ட் லக்கேஜிலிருந்து ஒரு ராட்சஸ சைஸ் ரிஸ்ட் வாட்சை எடுத்து அதை கிச்சாவின் மணிக்கட்டில் தூளிபோல கட்டித் தொங்கவிட்டார். அந்தக் கடிகாரம் நேரம் தேதியோடு சேர்த்து மாதம், வருடம், ராசி, லக்னம், அமாவாசை, பௌர்ணமி, தட்சிணாயனம், உத்த ராயணம் என்று மண்டையையப்போடும் காலம் தவிர எல்லாவற்றையும் காட்டும் என்று கூறி எனது வெந்த வயிற்றில் எச்சுமிப் பாட்டியின் காரசார மான வத்தக் குழம்பைப் பாய்ச்சினார்.

கிச்சாவால் எனக்கு அஸிடிட்டி வந்தது என்றால், ஏ.ஆர்.எஸ்.ஸால் எனக்கு ஸ்பாண்டிலிட்டிஸே வந்துவிட்டது. அந்த அளவுக்கு பய-டேட்டா (தன் பயத்துக்குக் காரணமான டேட்டாக்கள்) கேள்விகள் கேட்டு என் கழுத்தை அறுத்துக் கொண்டிருந்தான்.

விமானத்துக்கு வெளியே நிலவும் சீதோஷ்ணநிலை, அழுத்த வேறுபாடு காரணமாக சில சமயங்களில் விமானம் தடால் தடால் என்று எம்பி எம்பிக் குதித்துக் குலுங்கி ஆற்காடு ரோட்டில் பல்லவன் பஸ் போவது போல போகும். அடிக்கடி விமானப்பயணம் செய்பவர்கள் பிளேனின் இந்த பம்பர் குலுக்கலை 'டர்புலன்ஸ்' (Turbulance) என்று ஆங்கிலத்தில் காஷ்ுவலாகக் கூறிவிட்டு, அதை ஜலதோஷம், ஒத்தைத் தலைவலி போல சகஜமாக எடுத்துக்கொள்வார்கள். நான் சொன்ன இந்த விளக்கத்தை ஏ.ஆர்.எஸ்.ஸால் ஜீரணித்துக் கொள்ள முடியவில்லை.

"சர்வ சாதாரணமா டர்புலன்ஸ்ுனு சொல்லிட்டியே, பாவி இந்த ஆட்டம் ஆடறது பிளேன். காஷ்ுவலா எடுத்துண்டு ரசிக்க இது என்ன தில்லானா மோகனாம்பாள் ஆட்டமா?" என்று என்னமோ நான்தான் பிளேனைப்

பிடித்துக் குலுக்குவதுபோல குற்றம் சாட்டினான். டர்புலன்ஸால் ஒரு அபாயமும் கிடையாது, அந்த அளவுக்கு பிளேனை டிசைன் செய்து இருக்கிறார்கள் என்று எப்போதோ படித்த 'ஏரோ டைனமிக்ஸை' சொல்லி ஏ.ஆர்.எஸ்.ஸை நான் டெக்னிக்கலாக தேற்ற ஆரம்பிப்பதற்குள், அவசரமாக அவன் ''டாய்லெட் போயிட்டு வரேன்'' என்று புறப்பட்டான்.

''எல்லாம் என் தலையெழுத்து. பிளேனுக்குள்ளதான் டர்புலன்ஸ்னு பாத்தா, எழவு எடுத்த சாப்பாட்டால என் வயத்துக்குள்ளயும் டர்புலன்ஸ். இரு வரேன்'' என்று முணுமுணுத்துக்கொண்டே டாய்லெட் போனவன் பிளேன் நியூ யார்க் கென்னடி ஏர்போர்ட் நெருங்கும் சமயம் வெளியே வந்து கிழிந்த பாயாக சீட்டில் அமர்ந்தான்.

கொரியன் ஏர்வேஸ் தாழ்வாகச் சரிந்து, சரியன் ஏர்வேஸாக மாறி ரன்வேயில் தாமரை இலைத் தண்ணீர் போல பட்டும் படாமல் ஸ்மூத்தாக லேண்டிங் செய்து, வெறியன் ஏர்வேஸாக ஓடி திடீரென்று 'சாந்தமுலோகா'வாகி நின்றது.

சென்னையிலிருந்து புறப்பட்டு சிங்கப்பூர், கொரியாவின் தலைநகரான 'சியோல்' வழியாக நியூ யார்க்கை அடைவதற்குள் இரண்டு விடியற்காலை, இரண்டு பட்டப்பகல், ஒன்றரை நட்டநடு ராத்திரி, இரண்ய வதம் போல பகலும் இல்லாத இரவும் இல்லாத ஒரு நேரம் என்று பல குழப்பங்களுக்கு உள்ளானோம்.

'பாரத வர்ஷே பரத கண்டே'யில் புறப்பட்டு 'ஆங்கிலேய வர்ஷே அமெரிக்க கண்டே'வுக்குப் போவதற்குள் கைக்கடிகாரத்தில் உள்ள முள் கடுப்பாகிக் குத்தும் அளவுக்கு, ஒவ்வொரு ஊருகிரேஸி மோகன்

பிறந்து, வளர்ந்து, படித்ததெல்லாம் சென்னை என்றாலும், கிரேஸி மோகனின் பூர்வீகம் கும்பகோணம்.

பொறியியல் படித்துவிட்டு, சுந்தரம் க்ளேய்ட்டனில் பத்தாண்டுகள் பணியாற்றி இருந்தாலும், அக்னிக் குஞ்சு மாதிரி மனத்துக்குள் நாடகக் கனவுகள் விடாது சுட்டுக்கொண்டிருந்ததால், வேலையை விட்டுவிட்டு 1985ல் முழுநேர எழுத்தாளர் ஆனார். ஆனந்த விகடன் பத்திரிகையில் ஓரிரு வருடங்கள் உதவி ஆசிரியராகப் பணியாற்றிய அனுபவம், கிரேஸி மோகனுக்கு வெகுஜன ரசனையை மிக நெருக்கமாகப் புரிந்துகொள்ள உதவியிருக்கிறது.

இதுவரை 25 நாடகங்களுக்கும் 35 திரைப்படங்களுக்கும் கதை, வசனம் எழுதியிருக்கிறார். மோகனின் நாடகங்கள் சுமார் பத்தாயிரம் முறை மேடையேறி இருக்கின்றன.

தமிழக அரசின் 'சிறந்த மேடைநாடகக் குழு' விருது, தேவன்நினைவு விருது போன்றவை கிரேஸி மோகனின் எழுத்துக்கு கிடைத்திருக்கும் கௌரவங்கள்.க்கு தகுந்தாற்போல நேரத்தை மாற்றியதில், ராகுகாலம், எமகண்டம் போன்றவை எல்லாம் அர்த்தம் இல்லாமல் போய்விட்டது.

பெட் ஸோர் போல சேர் ஸோர் வரும் அளவுக்கு இருபத்து நான்கு மணி நேரம் உட்கார்ந்த நாங்கள் நியூ யார்க்கில் விமானத்திலிருந்து இறங்கி நடக்கும் போதுகூட ஞாபகமறதியாக கால்மேல் கால் போட்டுக்கொள்ள முயன்று அசடு வழிந்தோம்.

மெய்யாகவே முட்டாளா, இல்லை முட்டாள் போல நடிக்கிறானா? இல்லை வெளியே முட்டாள், உள்ளே ஞானியா என்று என்னைக் குழப்பும் கிச்சா இந்த பகல் - இரவு, பயணக் களைப்பு போன்றவற்றால் லவலேசமும் பாதிக்கப்படாமல் அந்த ஜப்பான்காரருக்குப் பெருமாளின் மச்சாவதாரத்தில் ஆரம்பித்து மத்ஸ்ய, கூர்ம, வராக என்று மிச்சாவதாரங்களையும் கூறி அவரை மெய்சிலிர்க்க வைத்தான்.

கொரியன் ஏர்வேஸில் ரிஸ்ட் வாட்ச் தந்தவர் நியூ யார்க்கில் இறங்கும்போது கிச்சாவுக்கு வாக்மேனைப் பரிசாகத் தந்தார். தந்ததோடு நில்லாமல் ''வாக்மேனுக்கு தமிழில் என்ன?'' என்று கேட்க, கிச்சா ''நடை மனிதன்'' என்று கூறிவிட்டு, அதோடு நில்லாமல் ரிப்பேரானால் நடைப்பிணம்'' என்றும் கூறினான்.

இரண்டு டேக் ஆஃப்களுக்கிடையே போதிய இடைவெளிகூடக் கொடுக் காமல், இந்த அழகில் நடுவே ஒரு லேண்டிங் வேறு நடக்கும் லெவலுக்கு திருவிழா மிட்டாய்க்கடையில் மொய்க்கும் ஈக்கள்போல, நியூ யார்க் ஜே.எஃப்.கே. ஏர்போர்ட்டில் பிளேன்கள் ரொம்பி வழிந்தன.

ஏர்போர்ட் அரைவல் லவுஞ்சில் எக்ஸிபிஷனில் காணாமல்போன குழந்தைகள் போல நாங்கள் நின்றோம். பின்னர், பட்டிக்காட்டான் பட்டணத்துக் காட்டானைப் பார்ப்பதுபோல வேடிக்கை பார்த்துக்கொண்டே இமிக்ரேஷன், கஸ்டம்ஸுக்கு வந்த நாங்கள், சற்று தள்ளி வந்திருக்கும் பயணிகளை வரவேற்கக் காத்திருப்பவர்கள் மத்தியில், எங்கள் நாடகங்களை அமெரிக்காவில் போடப்போகும் பார்கவி சுந்தர்ராஜனைப் பார்த்தோம்.

★ ★ ★

அமெரிக்காவில் நாங்கள் காணப்போகும் ஒரு பானை பிரும்மாண்டத்துக்கு நியூ யார்க் ஏர்போர்ட்டில் பார்த்த அமெரிக்கர்களே ஒரு சோறு பிரும்மாண்டமாக இருந்தார்கள். 'பொறந்து வளர்ந்தார்களா..? இல்லை வளர்ந்தே பொறந்தார்களா..?' என்று குழம்பும் அளவுக்கு ஆண்களும் பெண்களும் எல்.ஐ.ஸி. உசரத்துக்கு என்னமோ 'வளர்ச்சி எங்கள் பாலிஸி' என்பது போல பிரும்மாண்டமாக இருந்தார்கள். நேருக்கு நேர் நின்றுகொண்டிருந்தாலும் நாமெல்லாம் அவர்களோடு பேசவேண்டுமென்றால் டெலி போனில் - அதுவும் எஸ்.டி.டி. போட்டுப் பேசும் அளவுக்கு உசரத்தில் ரொம்பத் தள்ளி இருந்தார்கள்.

அமெரிக்கர்கள் உயரத்தில் தளும்பி வழிந்தார்கள் என்றால், அகலத்தில் பிதுங்கி வழிந்தார்கள். சாண்டில்யன் ஸ்டைலில், பிருஷ்ட பாகத்தைப் பார்த்து. முன்னால் செல்வது ஆணா, பெண்ணா என்று சொல்லமுடியாது. அவர்களுக்கு முன் பக்கம் சென்று அதுவும் மேலே பார்த்தால்தான் 'மேலா' இல்லை 'ஃபீமேலா' என்பதை தீர்மான மாகச் சொல்லமுடியும்.

ஷார்ட்ஸ் மட்டும் அணிந்துகொண்டு மேலே எதுவும் போடாமல் 'பேர் பாடி'யாக திரிந்து கொண்டிருக்கும் ஒரு விச்ராந்தியான அமெரிக் கரைப் பார்த்த கிச்சா, ''ஓங்கி உலகளந்த உத்தமன் பேர் பாடி'' என்று கிண்டலாகப் பாட, பதிலுக்கு அவர் ''நாங்கள் நம் பாவைக்கு சாற்று நீராட்டினால், தீங்கின்றி நாமெல்லாம் திங்கள் மும்மாரி பெய்து'' என்று அமெரிக்க ஸ்டைலில் ஆண்டாள் பாசுரம் முப்பதையும் செப்பினார்.

8

இதைக் கேட்டு வெலவெலத்துப்போய் செயலிழந்து நின்ற கிச்சாவிடம் தன் பெயர் பரமஹம்ஸானந்தா என்றும் 'ஹரே கிருஷ்ணா' இயக்கத்தைச் சேர்ந்தவர் என்றும் பக்திசிரத்தையாக அறிமுகம் செய்துகொண்டார்.

அமெரிக்காவில் முன்பின் தெரியாதவராக இருந்தால்கூட கண்ணோடு கண் நோக்கின், 'ஹலோ, ஹவ் ஆர் யூ' என்று கரிசனம் காட்டுகிறார்கள். கிச்சாவைப் பார்த்த ஒருவர் அடிப்படை நாகரிகத்தில், ''ஹாய், ஹவ் ஆர் யூ'' என்று கேட்க, ''என்னை உங்களுக்கு ஏற்கெனவே தெரியுமா?'' என்று

கேட்டபடி அவரைத் தொடர்ந்த கிச்சாவை இழுத்துக்கொண்டு வருவதற்குள் போதும் போதும் என்றாகிவிட்டது.

தும்முதல், தெரியாத்தனமாக லேசாக இடித்துக் கொள்ளுதல் போன்ற சின்னச் சின்னத் தவறுகளுக்குக்கூட 'ஸாரி, ஸாரி, ஸாரி' என்று இம்போஸிஷன் போல அங்கே ஏகமாக மன்னிப்புக் கேட்கிறார்கள். யார் காலையாவது மிதித்துவிட்டு 'ஸாரி' சொல்லிவிட்டால், மிதிபட்டவர் 'இட்ஸ் ஓகே' என்று மந்தகாசத்துடன் கூறி, 'என் காலை நீ மிதித்துக் கூழாக்கி என்னை ஊனமாக்கினாலும் பரவாயில்லை. மறக்காமல் ஸாரி சொல்லிவிடு. நான் எனது இன்றைய ஸ்டாக்கில் உள்ள 'இட்ஸ் ஓகே'வை சொல்லிவிடுகிறேன்' என்ற ரீதியில் பாந்தவ்யமாகப் பார்க்கிறார்கள்.

காலையில் பக்கத்து ஊருக்குப் போய் 'புசு புசு' நாய்க்குட்டி வாங்கிக் கொண்டு மத்தியானம் வரும் கணவனை 'கங்கை கொண்டு கடாரம் வென்றானை' வரவேற்பதுபோல அவனது மனைவி அவன் உதட்டில் தாசில்தார் முத்திரை கும்மாங்குத்தில் மூர்க்கத்தனமாக முத்தமிடுகிறாள்.

பாசம், பரிவு, காதல், காமம், அனுதாபம், ஆக்ரோஷம், இப்படி எல்லாமே அமெரிக்காவில் சினிமா போல ஓவர் ஆக்டிங்கில் நடைபெறுகிறது.

ஐயப்பன் கோயிலுக்குப் பலமுறை சென்று பழுத்த குருசாமிகள், முதல் முறையாகச் செல்லும் கன்னிசாமிகளை எச்சரிப்பது போல, கச்சேரிக்காக அடிக்கடி அமெரிக்கா செல்லும் எனது இசைவான நண்பர் டி.என்.சேஷ கோபாலன், ''மோகன், அமெரிக்காவுல கஸ்டம்ஸ் ரொம்ப கஷ்டம்ஸ். முக்கியமா நீங்க போடற இந்த வெத்தலை, புகையிலை மாதிரி இலை தழை அயிட்டங்களைப் பாத்தா குப்பைத் தொட்டியில் போட்டுடுவா'' என்று சென்னையிலிருந்து நான் புறப்படும் முன் போனில் அட்வைஸித்தார்.

''எதுக்கும் எடுத்துட்டுப் போறேன் சார். என் அதிர்ஷ்டம் கண்டுக்காம விட்டுட்டான்னா ஜாலிதானே, அப்படியே நீங்க சொன்ன மாதிரி குப்பைத் தொட்டில போட்டாலும் போனா போறது'' என்று சொன்ன என்னை போனிலேயே ஏற இறங்கப் பார்த்த சேஷகோபாலன், ''நான் குப்பைத் தொட்டில போட்டுடுவான்னு சொன்னது வெத்தலை, புகையிலைய இல்ல, உங்களைப் போட்டுடுவான்னேன். அதுவும் குப்பைத்தொட்டில இல்லை, க்வாரண்டைன்ல'' என்று போனில் அவர் என்னைப் பயமுறுத்தியதை, என் சகதர்மிணி இன்டர்காமில் ஒட்டுக்கேட்டுவிட்டாள்.

அமெரிக்கப் பயணம் தன் கணவனின் வி.எஸ்.பி (வெத்தலை சீவல் புகையிலை) கெட்டப்பழக்கத்துக்கு முற்றுப்புள்ளி வைக்கப்போகிறதென்று அவளுக்குப் பரம சந்தோஷம். சேஷகோபாலன் போல அமெரிக்காவுக்கு அடிக்கடி செல்பவர்களை வீட்டுக்கு வரவழைத்து டிபன் காபி கொடுத்து உபசாரம் செய்து, ''வெத்தலை சீவல் புகையிலை எடுத்துச் செல்பவர்களை அமெரிக்காவில் சிறையில் போட்டு டாலரில் செக் இழுக்கச் சொல்வார்கள், கிளிண்டன் 'ஜ்ரூட்' சொன்னதும் வாஷிங்டன் ஸ்கொயரில் சமணர்களைப்

போல கழுவில் ஏற்றுவார்கள், லிபர்டி சிலைக்குப் பலி கொடுப்பார்கள்'' என்று ஒவ்வொருவரையும் விதவிதமாக சொல்லவைத்து என்னை ஒரேவிதமாகப் பயமுறுத்தினாள். இதனால் மிரண்டுபோன நான், வெத்தலை சீவல் புகையிலை என்ன நகத்தைக் கடிப்பது, பால்பாயிண்ட் பேனா முனையால் சுகமாகக் காது குடைவது, ஸேஃப்டிபின் வைத்து பல் குத்துவது போன்ற சிற்றின்பங்களைக்கூட தலைமுழுகிவிட்டேன்.

இருந்தாலும் 'வெத்தலை சீவல் புகையிலை போடாமல் இருப்பது என் வீரத்துக்கு அழகா? அமெரிக்க ஆசையில் புகையிலையை பகிஷ்கரித்தால் சக புகையிலைக் கட்டை கட்சித் தோழர்கள் 'நட்புத் துரோகி' என்று அதே புகையிலைச் சாற்றை என் மீதே காறி உமிழ்வார்களே!' என்ற எண்ணத்தோடு நான் இருக்குங்கால், அமெரிக்க கஸ்டம்ஸ்ஃக்கு டிமிக்கி கொடுத்து, வெத்தலை சீவல் புகையிலையை எடுத்துச்செல்லும் டெக்னிக்கை ஒரு நண்பர் கூறினார். அதாவது, சீவலை பஞ்சுத் தலகாணியில் நிரப்பிவிட வேண்டுமாம். ''புகையிலையை பிளாஸ்டிக் காகிதத்தில் சுற்றி, பேனா சைஸ் குழாய்களில் திணித்து காலியான டிரான்சிஸ்டருக்குள் அடுக்கி, ரிப்பே ராகிப்போன பிரிண்டட் சர்க்யூட் போர்டால் மூடி'' என்று கிட்டத்தட்ட டைமர் வைத்த ஆர்.டி.எக்ஸ். பாம் செய்யும் லெவலில் கூறினார். இவர் சொல்கிறபடி எடுத்து வந்திருந்தால் மீனம்பாக்கத்திலேயே என்னைக் கைது செய்திருப்பார்கள்.

ஆக, இந்த வெத்தலை சீவல் புகையிலையை ஈடுகட்ட மனைவி கொடுத்த புளிப்பு மிட்டாய், பபுள்கம், வெந்தயம், சீரகம் பொடி செய்த மிக்ஸர் போன்றவற்றை மென்றதில் 'தச்சி மம்மு' சாப்பிட்ட டைகர் போல மப்பும் மந்தாரமுமாக கஸ்டம்ஸ் க்யூவில் நின்றேன்.

என் தலையெழுத்து அல்லது துரதிர்ஷ்டம். அன்று பார்த்து டியூட்டியில் கஸ்டம்ஸ் அதிகாரியாக அமெரிக்க மனோரமாவான ஹாலிவுட் புகழ் கறுப்பு-கம்-சிரிப்பு நடிகை 'வூப்பி-கோல்ட்பெர்க்' ஜாடையில், பெருமாள் கோயில் மூலவர் கலரில், ஒரு நீக்ரோ மாமி நின்றுகொண்டிருந்தாள். பியானோ பட்டன்கள் சைஸ்ஃக்கு இருந்த எடுப்பான பற்கள் தெரிய சிரித்தபடி இருந்த அவள், சக கஸ்டம்ஸ் அதிகாரி ஏர்போர்ட்டில் உள்ள அத்தனை பேருக்கும் கேட்கும்படி உரத்த குரலில் சொன்ன லேட்டஸ்ட் கிளிண்டன்-மோனிகா சம்பந்தப்பட்ட கெட்டவார்த்தை ஜோக்கைக் கேட்டு ('கண்டேன் பேச்சு சுதந்தரத்தை'), விஸ்வாமித்திரர் யாகத்தைக் கெடுக்க வந்த ராமாயண தாடகை போல சிரிக்க ஆரம்பித்தாள்.

இதுதான் சமயமென்று க்யூவில் எங்களுக்கு முன் நின்றவர்கள் அவளிடம் பாஸ்போர்ட் இத்யாதிகளை நீட்ட, அவள் சகட்டு மேனிக்கு சாப்பா குத்து குத்தி 'வெல்கம் டு அமெரிக்கா' சொல்லி, கழுத்தைப் பிடித்துத் தள்ளாத குறையாக க்யூவில் நின்றவர்களை செக் செய்யாமலேயே விரட்டினாள்.

இலை தழைகளுக்குத் தடை என்பதால் வெத்தலை புகையிலை கொண்டு வராமல் போன என் வயித்தெரிச்சலை கொட்டிக் கொள்வதுபோல, எனக்கு

முன்னே ஒரு மாம்பலம் மாமி, திருமணமாகி பத்து வருடமாகியும் குழந்தை பிறக்காத, நியூ யார்க்கில் வாழும் தனது மகள் சுற்றிவந்து புள்ளை பெற வசதியாக, ஒரு சின்ன சைஸ் அரசமரத்தையே தூக்கிச் சென்று கொண்டிருந்தாள்.

இன்னமும் கிளிண்டன் ஜோக் பாதிப்பில் இருந்த அந்த நீக்ரோ அதிகாரி மாமி, மாம்பலம் மாமியைப் பார்த்து அரசமரத்தைக் காட்டி ''வாட் இஸ் திஸ்?'' என்று கேட்க, மாம்பலம் மாமி ''வாக்கிங் ஸ்டிக்'' என்று சாமர்த் தியமாகக் கூறி இமிக்ரேஷன் செய்து கஸ்டம்ஸைத் தாண்டி ஓடியே விட்டாள்.

எங்கள் முறை வந்தபோது மணி பன்னிரண்டு அடித்தது. பழைய டெலி போன் கலர் கருப்பில் வேறு ஒரு கறாரான அதிகாரி ஷிம்ப்ட் மாற்றலாகி வந்தார். எவ்வளவு சொல்லியும் கேட்காமல் சொத்தையான முந்திரிக் கொட்டை போல முன்னே போன கிச்சாவை கோழியை அழுக்குவது போல அழுக்கினார் அவர். கிச்சாவின் பாஸ்போர்ட்டை வாங்கி, அவனது நீளமான பெயரைப் படிக்க முயன்று படுதோல்வி அடைந்தார். அவர் கஷ்டத்தைப் புரிந்துகொண்ட கிச்சா, ''யூ கால் மி கிச்சா. ஐ வில் ஆன்ஸர் யுவர் கொஸ் சின்ஸ்'' என்றவனை ஏற இறங்கப் பார்த்தவர், ''ஓகே, கீசா'' என்று ஆரம்பிக்க, ''சார், எக்ஸ்கியூஸ்மீ. நாட் கீசா. இட் இஸ் கிச்சா. கி ச் சா கிச்சா'' என்று அவருக்கு நன்னன் போல பாடம் எடுக்க, அவரும் பாவம் பதிலுக்குச் சேர்ந்து 'கி ச் சா கிச்சா' என்று நூறு தபா சொல்லி பாஸ் செய்தார்.

திடீரென்று அவர் கறாராகி கிச்சாவைப் பார்த்து ''கி ச் சா கிச்சா, டு யூ ஹாவ் எனிதிங் டு டிக்ளேர்?'' என்று கேட்க, ''சார், சிம்பிள் கொஸ்சின் சார். ஆஸ்திரேலியா ஃபோர் சிக்ஸ்டி ஃபார் ஸெவன் அண்ட் டிக்ளேர்ட்'' என்று தன் கிரிக்கெட் ஞானத்தைக் காட்டியபோது, அவர் முகத்தில் 'ஒருவேளை நாம் வீண்வம்பை விலை கொடுத்து வாங்குகிறோமோ?'' என்ற கவலை படர ஆரம்பித்தது. இருந்தாலும் கடமை தவறாத அவர் ''கி ச் சா கிச்சா, யூ ஆர் கேரியிங் எனி டிரக்ஸ்?'' என்று சாஸ்திரத்துக்கு கேட்க, கிச்சா பாய்ந்து ''வாட் சார், மை ஹாண்ட் லக்கேஜ் இஸ் ஃபுல் ஆஃப் டிரக்ஸ்'' என்று கூற அவர் அரண்டுபோய், ''கமான் ஓபன் யுவர் பேக்'' என்று ஆர்டர் செய்தார்.

கிச்சா பையைத் திறந்து ''சார், ஸீ டிரக்ஸ் சார். திஸ் இஸ் குரோசின் ஃபர் ஃபீவர், திஸ் ரோஸ் கலர் மிக்ஸர் இஸ் ஃபார் 'டூ'மல் ('இரு'மல்) திஸ் இஸ் 'சுகப்பிரசவ சூரணம்' ஃபார் (அவர் காதருகில் ரகசியமாக, 'கான்ஸ்டி பேஷன்' ப்ரிஸ்க்ரைப்டு பை திருமலை ஆஃப் நல்லதம்பி முதலி தெரு. பேஸிக்கலி எகம்பௌண்டர். பட் வெரிகுட் ஹாண்ட் லக் (கைராசி) டாக்டர். யூ நோ'' என்று அவன் சொல்லிக் கொண்டிருக்கும்போது அவனது மெயின் சூட்கேஸில் இருந்த மாவடு ஜாடியைப் பார்த்து 'இது என்ன?' என்று கோபமாகவே விசாரித்தார். சுற்றுமுற்றும் பார்த்த கிச்சா, அங்கு 'டெமிழூர்' ஜாடையில் செக்ஸியான ஒரு பெண் அதிகாரி ஆறு மாத கர்ப்பிணியாக இருப்பதை பார்த்துவிட்டான். பளிச்சென்று ஒரு மாவடுவை எடுத்து அவள்

வாய்க்கு அருகில் கொண்டுபோக, ஒரு கணம் அதிர்ந்து பின்வாங்கிய அவள், மசக்கையால் முன் வந்து மா வடுவை கவ்விச் சாப்பிட ஆரம்பித்தாள். ''ஸ்ரீ மிஸ்டர் கஸ்டம்ஸ், திஸ் இஸ் பிக் ஸ்கார் (மா வடு) குட் ஃபார் பிரக்னென்ட் வுமன்'' என்று கூற, அந்த அதிகாரியைத் தவிர, அனைவரும் கிச்சா கட்சிக்குத் தாவினார்கள்.

கிச்சாவின் ஹாண்ட் லக்கேஜில் இருந்த வெத்தலை சீவல் புகையிலையை டிரக்ஸ் என்று கூறி அந்த அதிகாரி மறுத்தார். கிச்சா அது டிரக்ஸ் இல்லை என்பதை நிரூபிக்க வெத்தலை சீவல் புகையிலையை வாயில் போட்டுக் குதப்பி மேலே அந்தரத்தில் துப்பி அது கீழே விழுவதற்குள் வாயால் காட்ச் பிடித்து முழுங்கி, தான் மயங்காமல் தெளிவாக இருப்பதை செய்முறையில் விளக்கியும் அந்த அதிகாரி நம்ப மறுத்தார்.

நம்ப மறுத்த அதிகாரி திடீரென்று டென்ஷனாகி, இடதுபக்கம் திரும்பி, 'கமான்' என்று கத்த, அங்கிருந்து மோப்பம் பிடிக்கும் நாயான 'ஸ்நிஃபர் டாக்' ஒன்று நாசி மலர, பற்கள் தெரிய வெறியோடு நாலு நாலு பதினாறு கால் பாய்ச்சலில் எங்களை நோக்கிப் பாய்ந்து வந்தது.

★ ★ ★

எம்.டெக். படித்துவிட்டு சுந்தரம் - கிளேட்டனில் வேலை பார்த்துக்கொண்டிருந்த நான், (அதாவது மத்தவங்க வேலை பார்க்க, நான் அதை வேடிக்கை பார்த்துக்கொண்டிருப்பேன்) ஒருநாள் அயனான அந்த உத்தியோகத்தை ராஜினாமா செய்தேன்.

'நாடகக் கிளர்ச்சி, சினிமாக் கவர்ச்சி, டி.வி. சீரியல் காமம்' என்ற என்னமோ நான் இன்ஜினீயரிங்கை விட்டு காபரே ஆட போய்விட்டது போல, நான் எதிரில் இல்லாத சமயங்களில் எனக்கு வேண்டாத வர்கள் அவர்களுக்கு வேண்டியவர் களிடம், நான் வேலையை விட்டதற்கு பல காரணங்களைக் கூறுவார் கள். இவர்கள் எவ்வளவோ தேவலை என்பதுபோல, எனக்கு ரொம்ப வேண்டப்பட்டவர்கள் அவர்களுக்கு வேண்டப்படாதவர்களை எதேச்சையாகப் பார்த் தால்கூட, என் பொருட்டு பழைய பகைமையை தாற்காலிகமாக மறந்து, ''தோநிக்கறானேதடி ராஸ்கல் (நான்தான்) வேலையை வுட்டுட்டான் சார், ஏன் தெரியுமா? இவன் ஒரு உலக்கை, உதவாக்கரை, உருப் படாத கழுதை'' என்று 'உ'வில் ஆரம்பிக்கும் அத்தனை திட்டல்களையும் திட்டி, என்னை எதிரில் வைத்துக்கொண்டு நான் செய்த ராஜினாமாவுக்கு காரணங்களாக அடுக்குவார்கள்.

நான் வேலையை விட்டதற்கான மெய்யான காரணம் இருவருக்கு மட்டுமே தெரியும். ஒருவர் - ஸாரி. ஒருவன் - வேலையைவிட்ட நான். மற்றவர், ஸாரி மற்றது என்னை வேலையை விட வைத்த திருவாளர், மீண்டும் ஸாரி, தெருவாளர் நாய்கள்.

சுந்தரம் கிளேட்டனில் நைட் ஷிப்ட் முடித்துவிட்டு, மவுண்ட் ரோடு ஜெமினி சந்திப்பு வழியாக ஸ்கூட்டரில் வரும்போதெல்லாம் என்னை 'நடு இரவில் உனக்கு இங்கு என்னடா வேலை, நபும்சகா'

9

என்ற பாவத்தில் நக்கலாகக் குரைத்தபடி பத்து நாய்கள், பத்ம வியூகத்தில் மாட்டிக்கொண்ட அபிமன்யு கணக்கில், ஆதரவற்ற என்னைச் சூழ்ந்துகொள்ளும். பிறகு, நான் ஆணா அல்லது பெண்ணா என்று கண்டுபிடிக்க இயலாத நிலையில் பத்து நாய்களும் ஐந்து ஐந்தாகப் பிரிந்துகொண்டு, முறையே என்னை 'ஆடம் அண்ட் ஈவ் டீசிங்' செய்ய ஆரம்பிக்கும். பிறகு, ஜனாதிபதிக்கு முன்னேயும் பின்னேயும் பக்கவாட்டத்திலும் 'பைலட்' வருவது போல நாலு பக்கங்களிலும் என்னைத் துரத்தியபடி வரும். பின்னர், காலேஜ் பசங்களுக்கு காஷ்மீரான ஸ்டெல்லா மாரிஸ் காலேஜ் எல்லை வந்ததும், அங்கு போடப்பட்ட லைன் ஆஃப் கண்ட்ரோலுக்கு மரியாதை கொடுத்து, அதைத் தாண்டாமல் ''இன்று போய் நாளை வா'' என்று என்னைப் பார்த்துக் கூறிவிட்டு, தங்களது பாசறையான ஜெமினி சந்திப்புக்குத் திரும்பும்.

ஜெமினியிலாவது பரவாயில்லை, பத்து நாய்கள்தான். நாய்களுக்குத் தலைக்காவேரியே (உற்பத்தி ஸ்தானம்) இதுதானோ என்று எண்ணும் அளவுக்கு ஸ்டெல்லா மாரிஸ் எல்.ஓ.ஸி. தாண்டி, எனக்காகப் பிரத்தியேக மாகத் தங்கள் வாலை டி.வி. ஆண்டெனா போல நிமிர்த்தியபடி நாப்பது நாய்கள். ''டேய் கஸ்மாலம், பேமானி, சோமாரி'' என்று கெட்ட கெட்ட

வார்த்தையில் குரைத்துக்கொண்டே துரத்தியபடி அடுத்த எல்.ஓ.சி.யான மியூசிக் அகாடமிக்கு என்னை அபத்திரமாகக் கொண்டுபோய் விடும். வீடு திரும்பும் நான் என் கடுப்பை மனைவியிடம் காட்ட, அவள் என் நிலை புரியாது, ''வீட்டுக்கு வந்ததும் வராததுமா ஏன் இப்படி வள்ளுனு நாய் மாதிரி விழறீங்க'' என்று கேட்பாள். நிற்க.

நியூ யார்க்கில் கென்னடி ஏர்போர்ட்டில் கஸ்டம்ஸ் அதிகாரி 'கமான்' என்றதும் எங்களை நோக்கிக் குறிபார்த்து ஓடிவந்த மோப்பம் பிடிக்கும் அந்த ஸ்னிஃப்பர் நாயைப் பார்த்ததும், 'வருவது நாயா அல்லது 'நாய் வேஷம் போட்டா குரைச்சுத்தான் ஆகணும்' என்கிற நியதிக்காகக் குரைக்கும் மாறுவேஷப் புலியா?'' என்று பயத்தில் குழம்பும் அளவுக்குப் பெரிய பட்ஜெட்டில் இருந்தது. உயரம், நீளம், அகலம் முறையே இத்தனை அடி என்று அந்த ஸ்னிஃப்பரின் நாய்முத்ரிகா லட்சணத்தை வர்ணிக்க முடியாது. தோராயமாகப் பார்த்ததில் 'நானூறு சதுர அடியில் சிங்கிள் பெட் ரூம், பாத் ரூம் அட்டாச்சுடு ஃப்ளாட்' சைசில் நிஜமாகவே சித்தாள், மேஸ்திரி வைத்து கட்டிப்போட்ட நாயாக இருந்தது.

அந்த நாயின் முகத்தைப் பார்த்தால், அந்த காலத்தில் ஆஃப்டர் ஷேவ் லோஷன் எல்லாம் இல்லாததால், அமாவாசைக்கு அமாவாசை எதிர் போட்டு சர்வாங்க ஷவரம் செய்துகொண்டு, அந்த எரிச்சலில் எதிர்ப்படும் மாணவர் களையெல்லாம் பிரம்பால் லத்தி சார்ஜ் செய்யும் 'புல்-டாக்' என்ற புனைபெயர் கொண்ட என்னுடைய ஸ்கூல் ஹெட்மாஸ்டரின் கடுகடுப்பான முகம் ஞாபகத்துக்கு வந்து பயத்தைக் கூட்டியது.

'நாலு காலில் ஓடிவந்தால் ஸ்னிஃப்பர் டாக். அதுவே இரண்டு காலில் நின்றால் கஸ்டம்ஸ் அதிகாரி' என்று சொல்லும் அளவுக்கு நாயைவிட உர்ரென்று இருந்த கஸ்டம்ஸ் எஜமானரைப் பார்த்ததும், அதுவரை எங்களைப் பார்த்து மும்முரமாகக் குரைத்துக்கொண்டிருந்த அந்த மோப்ப நாய் வாத்சல்யமாகி, ஆல விழுது லெவலுக்கு நீண்டு தரையில் படர்ந்திருந்த தன் வாலை கிட்டத்தட்ட ஏர்போர்ட்டையே பெருக்கிச் சுத்தம் செய்யும் அளவுக்கு வீசி ஆட்டி, தனது எஜமான விசுவாசத்தைக் காட்டிக்கொண்டது.

''இட்ஸ் ஓகே, இட்ஸ் ஓகே'' என்று அதிகாரி செல்லமாகக் கூறிவிட்டு, அதன் நீளமான முதுகை கழுத்தில் ஆரம்பித்து வால் நுனிவரை ஒரேஸ்ட்ரோக்கில், தறிபோடுவது போல நீவிவிட்டார். பின்னர், சினிமாவில் கவுண்டமணி செந்தில் காமெடி முடிந்து, வில்லன் ரகுவரன் காட்சி ஆரம்பிப்பது போல சட்டென்று சீரியஸாகி, எங்களை நோக்கித் தனது ஆள்காட்டி விரலைக்காட்டி ''கோ அஹெட்'' என்று கூற, அதுவரை நாலாக மடித்த ஸ்டேப்ளர் போட்டு வாயில் புகையிலை போல பதுக்கியிருந்த தனது 'வறுமையின் நிறம் சிவப்பு' கலர் நாக்கைத் தொங்க போட்டபடி (முன்பக்க வால் என்று சொல்லலாம். அவ்வளவு நீளம்) எங்களை நெருங்கியது.

நாங்கள் பன்னிரண்டு பேரும் பெட்டிக் கடையில் தொங்கும் அழுகிப்போன ஒரு டஜன் வாழைப்பழம் போலத்துவண்டு நிற்க, அந்த மோப்ப நாய் எங்கள் ஒவ்வொருவரையும் முகர்ந்து பார்த்துக் குரைத்தது. நம்ம தமிழ்நாட்டு

நாய்கள் 'வள்வள்', 'லொள் லொள்' என்று இரட்டைக் கிளவி இலக்கணக் குறிப்போடு குரைக்கும். இது அமெரிக்க நாய் அல்லவா.. எங்களை 'ஏ ஃபார் ஏ.ஆர்.எஸ்.. பி ஃபார் பாலாஜி. சி ஃபார் சீனு' என்று கிராமாடிக்கலாக ஆல்பபெட்டிக் ஆர்டரில் முகர்ந்து பார்த்து மோப்பம் பிடித்துக் குரைத்தது.

எங்கள் குழுவைச் சேர்ந்த 'ஜி ஃபார் கீதாவை' மோப்பம் பிடித்த அந்த நாய் குரைக்காமல் அவளை மும்முறை வலம் வந்து நாலு காலையும் பரப்பி நமஸ்காரம் செய்தது. 'அட, தாய்க்குலத்தின் மகத்துவம் அமெரிக்க நாய்க் குலத்துக்குக்கூடத் தெரிந்திருக்கிறதே என்று மெய் சிலிர்த்தேன்!

இனி, அந்த வரிசையில் 'கே' ஃபார் கிச்சா. 'எம்' ஃபார் மோகன் (நான்).

ஒரு வேளை அந்த மோப்ப நாய், கிச்சா - கிச்சா சம்பந்தப்பட்ட கச்சாப் பொருள்களை மோப்பம் பிடித்து கஸ்டம்ஸ் அதிகாரியிடம் குரைத்துக் காட்டிக்கொடுத்துவிட்டால். கிச்சாவை குவாரண்டைனில் போட்டுவிடு வார்கள். நாங்கள் நிம்மதியாக அமெரிக்காவில் நாடகம் போடலாம் என்ற எனது நப்பாசை தப்பாசையாகியது. யெஸ், 'நாய் வாலையே நிமிர்த்தும்' கிச்சாவின் வாடிக்கையான அதிர்ஷ்டம் இங்கும் கொடிகட்டிப் பறந்தது.

எச்சுமிப் பாட்டியால் பொத்திப் பொத்தி செல்லமாக வளர்க்கப்பட்டதால், கிச்சாவுக்கு எப்போதும் தான் 'பாக்டீரியா', 'வைரஸ்' போன்ற தீவிர வியாதிகளின் ஹிட் லிஸ்டில் இருப்பதாக ஒரு 'மேனியா' உண்டு. அமெரிக்கா செல்லும் தன் பேரனை 'மெட்ராஸ்-ஐ'யிலிருந்து 'எய்ட்ஸ்' வரை எந்த நோய்க் கிருமிகளும் தாக்காமல் இருக்க சர்வரோக நிவாரணியாக பச்சைக் கற்பூரம், துளசி, மிளகு, கிராம்பு, ஜாதிக்காய், குங்கிலியம் என்று அனல் பறக்கும் அயிட்டங்களை வைத்து 'கோடாலி தைலம்' என்ற ஒன்றைத் தயாரித்து கிச்சாவிடம் கொடுத்தனுப்பி இருந்தாள். நெடியடிக்கும் அந்தக் கோடாலி தைலத்தை நெற்றி, புருவ மத்தி, காது மடல் ஓரங்கள், நாசித்துவார விளிம்புகள் என்று ஆரம்பித்து பாதம், விரல் இடுக்குகள் என்று பாதாதி கேசம் வரை தடவிக்கொண்டு எந்நேரமும் அடைகாக்கும் கோழி ரேஞ்சில் கதகதப்பாக இருப்பான் கிச்சா.

கிச்சாவை மோப்பம் பிடித்த அந்த ஸ்நிஃபர் டாகின் கைபர் கால்வாய்க்குச் சமமான நாசித்துவாரங்கள், பொறி பறக்கும் கோடாலி தைலத்தின் காரத்தால் சிறுத்து கடுகானது. அந்த நாய் 'மவனே, 'கே' ஃபார் கிச்சா கேட்டுக்கோடா, எனக்கு மூக்கு சிறுத்தாலும் வாக்கு சிறுக்காது'' என்று கிச்சாவிடம் சூளுரைத்து குரைக்க முயற்சிக்க, கோடாலி தைலத்தின் வீரியத்தால் இ.என்.டி. மூன்றும் பாதிக்கப்பட்டதில் அதன் வழக்கமான 'கம்பீரமான குரைப்பு' கணிசமாகக் குறைந்து 'மியாவ்' என்ற சத்தமாக வெளியேற, அவமானத்தில் அந்த பிரும்மாண்டமான நாய் பொமரேனியன் ஆனது.

'கில்லாடியான' நார்காடிஸ் டீலர்ஸ் போதை வஸ்து கடத்தல்காரர்கள் மறந்து போய் மூக்கைச் சிந்தி போட்டுவிட்டுப் போன டிஷ்யூ பேப்பரை மோப்பம் பிடித்துவிட்டு, அமெரிக்காவிலிருந்து சைபீரியா வரை ஓடி, அங்கே பதுங்கியிருந்த அவர்களைக் காட்டிக்கொடுத்து போலீஸ்காரர்கள் மூக்கின் மேல் விரலை வைக்கும் அளவுக்கு மோப்ப சிகாமணியான தன் மூக்குக்கு

இந்த 'கே'ஃபார் கிச்சாவால் நோஸ் கட் கிடைத்துவிட்டதே! இது எப்படி?' என்ற சந்தேக அதிர்ச்சியில் கிச்சாவின் முகத்தை முதல் முறையாகப் பார்த்த அந்த நாய், சந்தோஷ அதிர்ச்சி அடைந்தது.

பூர்வாஸ்ரமத்தில் டூரிஸ்ட்டாக திருவல்லிக்கேணி வந்த ஓர் ஆசாரமான அமெரிக்கரின் கேர்ள் நாய்க்கு, கிச்சா சிறிது காலம் பருப்பு சாதம், தச்சி மம்மு போட்டு வளர்த்த 'அனந்தசேஷன்' என்ற நாய் பாய் ஃபிரண்டாகி, அந்த அமெரிக்கர் கோயிலைச் சுற்றி வருவதற்குள் அவை இரண்டும் தாம்பத்திய வாழ்க்கை நடத்திக்கொண்டுவிட்டன. விளைவு, அமெரிக்கா சென்ற டூரிஸ்டின் பெண் நாய் கர்ப்பமாகி அனந்தசேஷன் ஜாடையில் குட்டிபோட்டது.

தமிழக மூளையும் அமெரிக்க வீர்யமுமாக வளர்ந்த அந்த நாய், கஸ்டம்ஸ் மோப்பநாயாக மாறி இப்போது கிச்சா அருகில் நிற்கிறது. நாயைப் பார்த்து, ஜாடையை வைத்து ''படவா, நீ அனந்தசேஷன் புள்ளைதானே?'' என்று நாய் பாஷையில் கிச்சா கேட்க, பதிலுக்கு அது ஆச்சரியத்தில் வாலை ஆட்டாதபடி ''நீங்க.. எங்கப்பாவோட எஜமானரே?'' என்று கிச்சா பாஷையில் குரைக்க, அப்புறம் என்ன 'பிரிந்தவர் கூடினால் குரைக்கவும் வேண்டுமோ?' லெவலில் அந்த மோப்ப நாய் கிச்சாவின் தோளை தனது இரு கால்களால் கட்டியபடி, தான் ஒரு அமெரிக்க செனட்டர் வீட்டில் செல்லமாக வளர்ந்து கடைசியில் இப்படி கஸ்டம்ஸில் வந்து மாட்டிக்கொண்டு 'நாய் படாதபாடு' படுவதாகக் கூறி, விக்கி விக்கி அழுதது.

அனிமல் வெல்ஃபேருக்கு முக்கியத்துவம் கொடுக்கும் அமெரிக்கர்களில் ஒருவரான அந்த கஸ்டம்ஸ் அதிகாரி, இந்த நாய் - கிச்சா நட்பில் நெகிழ்ந்து போய் தேம்பித் தேம்பி அழுதபடி கிரேஸி கிரியேஷன்ஸ் குழுவைச் சேர்ந்த எங்கள் அனைவரிடமும் காக்கவைத்ததற்காக மன்னிப்பு கேட்டு, எங்கள் பாஸ்போர்ட்டில் சாப்பாகுத்து குத்த, நாங்கள் ஏர்போர்ட்டை விட்டு வெளியேறினோம்.

இருபத்துநாலு மணி நேர பயணத்தில் வெறும் ஜூஸ், பிரட் என்று சாப்பிட்டு அடக்கம் செய்யும் அளவுக்கு செத்துப் போயிருந்த எங்கள் நாக்குக்கு உயிர் கொடுப்பது போல பார்கவி சுந்தர்ராஜனும் அவரது டாக்டர் நண்பியும் சுடச்சுட பொங்கல், கொத்சு, டிகிரி காபி கொடுத்தார்கள்.

பார்கவி எங்களை வேறு ஒரு டெர்மினலுக்கு அழைத்துச்சென்று 'பாஸ்டனுக்கு' செல்லும் டிக்கெட்டைக் கொடுத்தார். அக்டோபர் இரண்டாம் தேதி காந்தி ஜெயந்தி அன்று பாஸ்டனில் நடக்கவிருக்கும் எங்கள் முதல் நாடகத்துக்காக லோக்கலாகப் பறக்கும் டெல்டாஏர்வேஸைப் பிடிக்க ஓடினோம்.

கிச்சாவைச் சந்தித்த கஸ்டம்ஸ் மோப்ப நாய், அமெரிக்கா வந்தாலும் அப்பா கலாசாரத்தை மறக்காமல் தனது பூர்வாஸ்ரம தந்தையான அனந்தசேஷன் ஞாபகத்தில் வெகுதூரத்தில் ஊளையிட்டது, பிளேன் சத்தத்தையும் மீறி எங்கள் காதில் கேட்டது.

★ ★ ★

அமெரிக்காவில் நான் பார்த்தவரைக்கும் பார்க்காத அயிட்டங்கள் ரெண்டு. ஒண்ணு, நம்ம ஊர்ல நாம் பெண்டு கழல சுத்தம் செய்து, 'ஐஸ்வர்யா ராய்' ரேஞ்சில் பளபளப்பாக்கிய காரை மரக்கிளையில் கும்பலாகக் குந்தியபடி, ஓரக்கண்ணால் சைட் அடித்துக் கொண்டிருந்து விட்டு, நாம் நகர்ந்ததும் 'அட்டாக்' என்று லீடர் காகம் ஆர்டர் கொடுக்க, கள்ள வோட்டுப் போடும் வேகத்தில் பறந்துவந்து காரில் ஊசி முனை நிலம்கூட மிச்சமின்றி எச்சம் இடும் காக்கைகள். எனக்கென்னமோ காக்காய்களை அதிகம் பார்த்திராத அமெரிக்கர்களுக்கு நமது பழைய காக்காய் - நரி கதையை பெரிய பட்ஜெட்டில் பார்க்கில் வாழும் கருடன் சைஸ் அண்டங்காக்காயாக கிராஃபிக்ஸில் காண்பித்து ஜுராஸிக் பார்க் போல 'பனகல் பார்க்' என்ற டைட்டிலில் சினிமா எடுத்து புல்லரிக்க வைத்து ஆஸ்கரை தட்டிவிடலாம் என்று தோன்றுகிறது!

ரெண்டாவதாக, காக்காயைத்தான் பார்க்க முடிய வில்லை என்றால் காக்காய்பிடிப்பவர்களையும் அமெரிக்காவில் பார்க்க முடியவில்லை. காரணம் நீதி, சட்டம், காவல் தவிர, மத்த எல்லா துறைகளையும் அமெரிக்க அரசாங்கம் தனியார் களிடம் 'மகனே, உன் சமர்த்து!' என்று தாரை வார்த்துக் கொடுத்து விட்டது. விளைவு, அமெரிக்க நுகர்வோர்கள் 'வஞ்சிக்கோட்டை வாலிபன்' பி.எஸ். வீரப்பா ஸ்டைலில் 'சபாஷ் சரியான போட்டி' என்று சொல்லி மகிழும் அளவுக்கு தனியார் கம்பெனிகள் வைஜெயந்தி மாலா, பத்மினி லெவலில் 'சாதுர்யம் பேசாதடி. என் சாஃப்ட்வேருக்குப் பதில் சொல்லடி' என்று

10

ஸ்வரத்தோடு, ஸாரி, தரத்தோடு பாடியபடி, கன்ஸ்யூமர் ஜதிக்கு போட்டி போட்டுக்கொண்டு குதிக்கிறார்கள்.

உதாரணத்துக்கு, வாஷிங்டனுக்கு குடித்தனம் போன என் நண்பர், டெலிபோன் கனெக்ஷனுக்கு அப்ளை செய்வதற்காக சம்பந்தப்பட்ட தனியார் கம்பெனிக்கு டெலிபோன் செய்ய பக்கத்து வீட்டுக்குப் போயிருக்கிறார். டெலிபோன் செய்யப் போனவரை, 'உங்களுக்கு போன் கால் வந்திருக்கிறது' என்று தன் போன் ரிஸீவரைக் கொடுத்தவாறு வரவேற்றார் பக்கத்து வீட்டு பரமசிவம் (அவர் பெயர் 'கிரிகாரியோ

பெர்னார்டோ க்ரிபெர்டிலூரஸி' என்று உள்நாக்கு இழுத்துக்கொள்ளும் அள வுக்கு இருந்ததால் பரமசிவமாக்கிவிட்டேன்). ஆச்சரியத்தில் ரிசிவரை வாங்கிய நண்பருக்கு எதிர்முனையிலிருந்து ''சார், உங்க வீட்டுக்கு டெலிபோன் கனெக்ஷன் கொடுத்தாச்சு. இப்ப உங்க வீட்டுலேர்ந்துதான் பேசறேன்'' என்று பதில் வர, கூடவே நண்பரின் மனைவி ஏங்க, பக்கத்து வீட்டுக்குப் போறதுக்கு இவ்வளவு நேரமா? கனெக்ஷன் கொடுத்தாச்சு. கான்ஃபரன்ஸ் கால் வசதிகூட செட் அப் பண்ணியாச்சு. அப்புறம், நம்ம வீட்டுக்கு போன் பண்றவங்களோட நம்பர் மட்டும் தெரியற டிஜிட்டல் டிஸ்ப்ளே போதுமா? இல்லை, எதிர்முனைல பேசறவங்க முகம் தெரியற மானிட்டரையும் ஃபிக்ஸ் பண்ணலாமான்னு கேக்கறாங்க. சட்டுனு வீட்டுக்கு வாங்க'' என்று சொல்லி, போனை வைத்துவிட்டார். அவ்வளவு வேகம் அங்கே!

நம்ம ஊர்ல ரோட்டுக்கு தார் போடுவதில் ஆரம்பித்து மாட்டுக்கு தீவனம் போடுவது வரை எல்லா இலாகாக்களையும் அரசாங்கமே வைத்துக் கொண்டிருப்பதால், பியூனில் ஆரம்பித்து பெரிய இடம் வரையில் இனாம், டிப்ஸ், லஞ்சம், கிம்பளம், கிக் பேக் என்று விதவிதமாக கரன்ஸி வலை வீசி காக்காய் பிடித்து காரியத்தைச் சாதித்துக்கொள்ள வேண்டியிருக்கிறது.

அமெரிக்காவில் ஒரு விநாடி பவர் கட் ஆனால், அடுத்த எலெக்ஷனில் ஆளுங்கட்சியின் பவர் கட்டாகி விடுமாம். அந்த அளவுக்கு அமெரிக்காவில் 'கன்ஸ்யூமர் தீர்ப்பே கடவுள் தீர்ப்பு.' இதை நான் கண், காது, வாய்கூடாக நியூ யார்க் உள்நாட்டு விமான நிலையத்தில் பார்த்தேன்.

'மணச்சநல்லூர், அறந்தாங்கி, மானாமதுரை, அத்திப்பட்டு' என்று திருச்சி பஸ் டெர்மினலில் தனியார் பஸ் ஏஜெண்ட்டுகள் பயணிகளைக் கூவிக்கூவி அழைப்பது போல, 'பாஸ்டன், சிகாகோ, அட்லாண்டா வயாக்ளீவ்லேண்ட்' என்று கெஞ்சாத குறையாக டேபிள் போட்டுக்கொண்டு கான்டினெண்டல் ஏர்லைன்ஸ், டெல்டா ஏர்லைன்ஸ், நார்த்வெஸ்ட் ஏர்லைன்ஸ் என்று பல தனியார் விமான கம்பெனிகள் தங்கள் ஏரோப்ளேன்களை நிரப்ப போட்டிபோட்டு ஆள் பிடித்துக்கொண்டிருந்தார்கள்.

சென்னையிலிருந்து பெங்களூருக்கு பிளேனிலும் பஸ்ஸிலும் போவது என்பது மலைக்கும் மடுவுக்கும் உள்ள வித்தியாசம் என்றால், நியூ யார்க்கில் இருந்து பாஸ்டனுக்கு பிளேனிலும் பஸ்ஸிலும் போக டிக்கெட் சார்ஜில் பெரிய வித்தியாசம் ஒன்றும் இல்லை.

''கிட்டத்தட்ட க்ரேஹவுண்ட் (Grey Hound - அமெரிக்காவின் ஆஸ்தான பஸ்) சார்ஜுக்கு பிளேன் டிக்கெட் தர்றீங்களே, எப்படிக் கட்டுப்படியாகறது?'' என்று நான் டெல்டாஏர்லைன்ஸ் அதிகாரியைக் கேட்டபோது அவர் ''அதை ஏன் சார் கேக்கறீங்க, வயித்தெரிச்சல்'' என்று மயிலாப்பூர் மாடவீதியில் சந்தித்த வேண்டப்பட்டவர் போல சவுஜன்யமாகப் புலம்ப ஆரம்பித்தார்.

''ரெண்டு றெக்கை, ஒரு வால் மட்டும் இருந்தா போதும். டெல்டாவுக்குப் போட்டியா ஒமேகா சர்வீஸஸ்னு கம்பெனி ஆரம்பிச்சுடறான். ஜனங்களும்

சீப்பா டிக்கெட் கிடைச்சா, அவன் கழுகைக் கொண்டு வந்து நிறுத்தி, பிளேன்னு சொன்னாலும் பரவால்லை. அட்ஜஸ்ட் பண்ணிக்கறோம்னு அது முதுகுல ஏறி உட்கார்ந்து போயிடறாங்க. டிமாண்ட் கம்மி. பட் சப்ளை ஜாஸ்தி. அதான் பெட்ரோல்ல ஓடவேண்டிய எங்க பிளேன் நஷ்டத்துல ஓடறது'' என்ற டெல்டா ஏர்லைன்ஸ் அதிகாரி பிரகாசமாகி ''இன்னி மாதிரி சில நாள் கும்பல் ஜாஸ்தி வரும். அப்ப ஃபுட் போர்டுலாம்கூட தொத்திக்க அலவ் பண்ணுவோம்'' என்று வேடிக்கையாகச் சொன்னது எனக்கு வயிற்றில் புளியைக் கரைத்தது என்றால், ஏ.ஆர்.எஸ்.ஸுஃக்கோ 'ப்ளூ லிட்மஸ்', 'ரெட் லிட்மஸாக' மாறும் அளவுக்கு வயிற்றில் பயத்தால் ஆஸிட் சுரந்தது.

அமெரிக்காவின் உள்நாட்டு விமானங்களான டெல்டா, கான்டினென்டல் போன்வற்றுக்கும் க்ரேஹவுண்ட் பஸ்ஸுஃக்கும் ரேஸ் வைத்தால் முயல்-ஆமை கதையாகத்தான் இருக்கும். க்ரேஹவுண்ட் நிதானமாக நகர்ந் தாலும் நமக்கு போய்க்கொண்டிருக்கும் ஓர் உணர்வு இருக்கும். இந்த லோக்கல் விமானங்களோ ரொம்ப உற்சாகமாகக் கிளம்பி ரன் வே அருகில் சென்று அறுபத்துமூன்று நாயன்மார்கள் போல அங்கு 'டாக்ஸியிங்' என்று சொல்லப்படும் க்யூவில் நிற்கும் போட்டி விமானங்களோடு சேர்ந்து கொண்டு டேக் ஆஃபுக்காகக் காத்திருக்கும்.

சிறையில் க்யூவில் நிற்கும் கைதிகளுக்கு களி சோறு போட்டு விரட்டுவது போல, ஒன்றன்பின் ஒன்றாக சிக்னல் கொடுத்து டேக் ஆஃப் செய்ய துரிதப் படுத்துவார்கள்.

இந்த விமானங்கள் நஷ்டத்தில் ஓடுவதால் நம்ம ஊர் இந்தியன் ஏர்லைன்ஸ், ஏர் இந்தியா போல நான்கு ஐந்து ஏர் ஹோஸ்டஸ்கள், ஸ்டுவர்டுகள் எல்லாம் கிடையாது. பப்பர்மிண்ட்டை விநியோகித்தவர்தான் பைலட் என்று எங்களுக்கு பாஸ்டனில் இறங்கும்போதுதான் தெரிந்தது. கலைந்த தலையும் கசங்கிய உடையுமாக இருந்த ஒரே ஒரு ஏர் ஹோஸ்டஸ் ''தோ பாருங்க, பிளேன் பாஸ்டனுக்கு போறது, நடுவுல ப்ராப்ளம் ஏதாவது இருந்தா, அதுக்கு நான் பொறுப்பில்லை. சாமர்த்தியம் உள்ளவா பாதுகாப்பு விதிமுறைகளை படிச்சு தப்பிச்சுக்கப் பாருங்க. என்னமோ போங்க'' என்று விட்டேத்தியாக ஆங்கிலத்தில் பேசினாள். எங்களைத் தவிர, அங்கு இருந்த அமெரிக்கப் பயணிகள் அத்தனை பேரும் லாப் டாப்பில் மூழ்கியவாறு கோரஸாக 'இட்ஸ் ஓகே' சொன்னார்கள்.

ஐந்து நிமிடத்துக்குள் ஒரு விமானம் டேக் ஆஃப் செய்தால் எங்கள் விமானத்துக்கு அருகிலேயே ஒரு போட்டி விமானம் பறந்து, ஸ்கூட்டர் காரனை மணல் லாரி ஓரம் கட்டுவது போல ஓரம் கட்டி, 'என்ன ஊட்ல சொல்லிட்டு வந்துட்டியா?'' என்ற பாவத்தில் அந்த விமானத்தின் பைலட் எங்களைப் பார்த்தார்.

அமெரிக்காவில் சிரசாசனம் தவிர, மத்த எல்லா சமாசாரங்களும் நமக்கு உல்டாதான். நமக்கு பகல் அவர்களுக்கு ராத்திரி என்று சீதோஷ்ணத்தில் ஆரம்பித்து பல்ப், ஃபேன் சுவிட்ச் வரை (கீழே போட்டால் ஆஃப், மேலே

போட்டால் ஆன் அவர்களுக்கு. இதே நமக்கு, பாதி நேரம் பவர் கட். சுவிட்சை மேலே போட்டால் என்ன, கீழே போட்டால் என்ன? இல்லை கழூட்டி மொத்தமாகத் தூக்கிப் போட்டால்தான் என்ன? எல்லாமே ஒண்ணுதான்.) சகலமும் உல்டாதான். நமக்கு 'கீப் லெஃப்ட்'னா அவங்களுக்கு 'கீப் ரைட்' நான் 'கீப்'னு சொன்னது சின்ன வீட்டைப் பற்றி அல்ல. கார் ஓட்டறதைப் பத்தி!

பாஸ்டனில் நாங்கள் இறங்கினவுடனே லக்கேஜ் வந்துசேர கொஞ்சம் தாமதமாகிவிட்டது. அதற்குள் கொஞ்சம் ரெஸ்ட் எடுப்போமேன்னு டயர்டான கிச்சா, ஏர்போர்ட்ல வசதியான இடத்தைத் தேடியிருக்கான். அங்க ஒரு எடத்துல 'ரெஸ்ட் ரூம்'னு போட்டிருந்திருக்கு. ரெஸ்ட் ரூம் என்பது வழக்கமான டாய்லெட்டுக்கு அமெரிக்கர்கள் வைத்த உல்டா பெயர் என்பதை அறியாத கிச்சா, தூக்கத்துல கண்ணு சொருக, உள்ளே நுழைஞ்சு தலைக்கு ஹாண்ட் லக்கேஜை வைத்துக்கொண்டு படுத்துத் தூங்கியும் விட்டான். ரொம்ப நேரமாக கிச்சாவைத் தேடி காணாமல் பயந்துபோன நாங்கள், 'எதுக்கும் இங்க இருக்கானான்னு பார்த்துடுவோம்' என்று ரெஸ்ட் ரூமில் நுழைய, அங்கு அம்பது அமெரிக்கர்கள் சுற்றி நின்று கும்மியடிக்காத குறையாக வேடிக்கை பார்க்க, கிச்சா நடுவே அனிச்சைச் செயலாக மூக்கைப் பொத்தியபடி தூங்கிக் கொண்டிருந்தான்.

ஏர்போர்ட், இமிக்ரேஷன், கஸ்டம்ஸ், பிளேன் இப்படிப் பல இடங்களில் கிச்சா எங்களிடம் இருந்த மானத்தை ஏற்கெனவே வாங்கிவிட்டதால், வெட்கப்படுவதற்கு ஸ்டாக்கில் மானம்கூட இல்லாமல் நாங்கள் அந்த அமெரிக்கர்கள் எதிரில் அவமானப்பட்டு, கிச்சாவைத் தட்டி எழுப்பிக் கொண்டு கிளம்பினோம்.

''தெரியாம நுழைஞ்சுட்ட சரி. ஏண்டா, பார்த்தா இது டாய்லெட்னு கூடவா ஒருத்தனுக்குத் தெரியாது?'' என்ற என்னை ஏற இறங்கப் பார்த்துவிட்டு ''எப்படிடா தெரியும். சில பேரை நல்லவாள்னு நெனச்சு பழகறோம். கடைசியில நம்மைக் கூட இருந்தே குழிபறிச்சுட்டு ஏமாத்திட்டுப் போயிடறாங்க அதுக்கு நான் என்ன பண்ண முடியும்?'' என்று கிச்சா சம்பந்தா சம்பந்தமில்லாமல் ஒரு லாஜிக்கைக் கூறி, தன் அறியாமையை ஒப்புக்கொள்ள மறுத்தான். நான் எரிச்சலாகி அவன் கழுத்தை நெறிக்கப் போகும் சமயத்தில், எங்களை வரவேற்க வந்திருந்த பாஸ்டன் தமிழ் சங்கத்தைச் சேர்ந்த ஜேசுராஜ், ராம்ரமணன், மணிவண்ணன் ஆகியோரைப் பார்த்து கோபத்தை அடக்கிக் கொண்டு, கிச்சாவைப் பாராட்டுவதுபோல 'வெல்டன்' சொல்லி கட்டிக்கொண்டு சமாளித்தேன்.

இரண்டு மாலைகளோடு வந்தவர்கள் ஒன்றை எனக்கும், நான் கட்டித் தழுவியதால் குழுவில் எனக்கு அடுத்தபடி முக்கியமான நபர் என்று எண்ணி, அந்த இரண்டாவது மாலையை கிச்சாவுக்கும் போட்டார்கள். மாலை கிடைத்த குஷியில் எதையாவது பேசி அவர்களைப் பிரமிக்கவைக்க வேண்டுமே என்ற ஆசையில், 'என்ன சார் இரவில் மாலையா?' என்று

சிலேடையாகச் சொல்ல நினைத்து, சொல்லும்போது 'மரவில் ஈலையா..?' என்று சொதப்பிவிட்டு எதையோ மிதித்தவன் போல் அவர்களை மையமாகப் பார்த்தான்.

இந்த அவஸ்தையில் கிச்சா கழுத்தில் போட்டிருந்த மாலையில் உள்ள பூக்கள் உதிர, நாரோடு நின்றான். பூவோடு சேர்ந்து நாரும் மணக்கும் என்பார்கள். கிச்சா என்கிற இந்த நாரோடு சேர்ந்து நாங்கள் நாறப் போகிறோமோ என்ற பயம் என்னுள் எழுந்தது. கிச்சாவுக்கு 'ஜெட் லாக்' என்று சொல்லி, அவன் போக்கால் சற்று கிலேசமடைந்த அவர்களைச் சமாளித்தேன்.

அதற்குள் லக்கேஜ் வந்துவிட, நாங்கள் பாஸ்டன் ஏர்போர்ட்டை விட்டு வெளியே வந்தோம். ஹீட்டர் உபயத்தால் கதகதப்பான ஏர்போர்ட்டைவிட்டு வெளியே வந்தால், 'அழுதால் கண்ணீர் தரையில் விழுவதற்குள் உறைந்து ஐஸ்கட்டியாகிவிடும்' அளவுக்குக் குளிர். எங்களுக்குப் பற்கள் தந்தியடித்தது என்றால், 'மீசையானாலும் மனைவி' நாடகத்தில் ஸ்திரீ-பார்ட் வேஷத்துக் காக ஸ்லிம்மாகி இருக்கும் சாமாவுக்குப் பற்கள் ஈமெயில் அடித்தது. எப்போதும் படபடக்கும் திருவல்லிக்கேணி வெயிலில் திரியும் கிச்சா, பாஸ்டன் குளிரில் நடுங்கி நாய்க்குடை போல சுருங்கினான்.

கிச்சா ஜேசுராஜைப் பார்த்து, ''ஏன் சார் இப்படி ஒரு குளிர் இது என்ன மாசம்..?'' என்று கேட்க, ஜேசுராஜ் ''ஆங்கிலத்துல அக்டோபர் தமிழ் மாசம்னா புரட்டாசி'' என்றார். நாய்க்குடை போல சுருங்கியிருந்த கிச்சா புரட்டாசி என்ற வார்த்தையைக் கேட்டதும் யானை கவுனி, திருப்பதி குடை போல விஸ்வரூபமாக விரிந்தான்.

''சேத்தரி புரட்டாசியா நல்லவேளை சொன்னீங்க.. நான் மார்கழின்னு நெனச்சு அனாவசியமா பயந்து குளிரில் நடுங்கிட்டேன்..'' என்று கூறி போட்டிருந்த ஸ்வெட்டர், மஃப்ளரைக் கழட்டினான். 'மார்கழியில்தான் குளிரும்' என்ற எச்சுமிப் பாட்டியின் வாக்கில் அசைக்கமுடியாத நம்பிக்கை கொண்ட கிச்சா, புரட்டாசி என்றதும் பாஸ்டன் குளிரைப் புறக்கணித்தான். சைபீரியாவாக இருந்தாலும் புரட்டாசியில் குளிரக்கூடாது என்பது கிச்சாவின் முரட்டுத்தனமான லாஜிக். அப்படியே குளிரெடுத்தாலும் அதை இக்னோர் செய்யவேண்டும் என்ற மூர்க்கத்தனமான தத்துவார்த்தமான அணுகு முறையில் இருக்கும் கிச்சாவின்மீது ஏற்பட்ட பொறாமையால் எழுந்த வயிற்று எரிச்சலில் நான் குளிர்காய்ந்தேன்.

பொதுவாகவே அமெரிக்காவில் பொல்யூஷன் என்பது வெறும் இல்யூஷன்தான்! அதிலும் குறிப்பாக பாஸ்டன் சூழ்நிலை - சொர்க் கலோ கத்தில் செவன்த் அவென்யூவில் குடியிருக்கும் அப்சரஸ் அப்போதுதான் ஷவரில் ஷாம்பு பாத் எடுத்துவிட்டு பால்கனிக்கு வந்து நெயில் பாலிஷ் போட்டுக் கொண்டே 'மானஸ சஞ்சரரே'' என்று பாடியபடி நம்மை நிர்விகல்ப சமாதிக்குள் ஆழ்த்துவது போல இருந்தது.

திருவல்லிக்கிணற்றுத் (கேணி என்றால் கிணறு) தவளையாக நாளொரு மேனியும் பொழுதொரு வியாதியுமாக சூம்பிக் கிடந்த கிச்சா, எச்சுமிப் பாட்டியைவிட ஆசாரமாக இருக்கும் பாஸ்டன் சுகாதாரத்தால் பூஸ்டனாகி பாக்கெட் சாராயமும் குடித்து பான் பராக்கும் போட்ட குரங்குபோல பரவசத்தில் மூழ்கி, என்ன செய்வதென்று தெரியாமல் ஒண்ணும் செய்யாமலேயே சும்மா இருந்தான்.

பரமஹம்ஸனாக சும்மா இருக்கும் கிச்சா எந்த நேரத்திலும் பரமஹிம்ஸனாக மாறுவான் என்பதை அறியாத பாஸ்டன் தமிழ்ச் சங்கத்தைச் சேர்ந்த மீஜசுராஜ், ராம்ரமணன், மணிவண்ணன் ஆகிய மூவரும் தாங்கள் கொண்டுவந்த இரண்டு கார்களைக் காட்டி அதில் ஏறிக்கொள்ளும்படி சும்மா கிடந்த கிச்சா சங்கை பார்த்து ஊதிக் கெடுக்க, படபடவென்று பாஸ்டனே அதிரும் படி ராமர் வில்லை முறித்தது போல சோம்பல் முறித்து சுறுசுறுப்பானான் கிச்சா.

''தோ பாருடா மோகன். இப்பவே சொல்லிட் டேன். டிரைவர் பக்கத்துல எனக்கு ஒர ஸீட் வேணும். ஆமாம்'' என்று என்னை ஒரங்கட்டி

விட்டு அந்த இரண்டு கார்களை நோக்கி வலசம்மா வேகத்தில் இடம்பிடிக்க ஓடினான்.

இரண்டு கார்களில் தான் எதில் ஏறுவது என்பதை முடிவுசெய்ய, இரண்டு கார்களுக்கு நடுவே நின்றபடி மாற்றி மாற்றி கையால் கார்களைத் தொட்டு ''இன்க்கி பின்க்கி பான்க்கி'' என்று சொல்லி மணிவண்ணன் காரைத் தேர்ந்தெடுத்தான் கிச்சா!

பாஸ்டன்காரர்கள் 'இதென்ன கலாட்டா!' என்று விளம்பர ஸ்டைலில் வியப்போடு எங்களைப் பார்க்க, குழுவின் மானத்தைக் காப்பாற்ற கிச்சாவின் கேணத்தனத்தை எப்படியாவது நியாயப்படுத்தினால்தான் முடியும் என்ற நிர்ப்பந்தம் ஏற்பட்டது எனக்கு. எனவே, நானும் கிச்சா போல இரண்டு கார்களுக்கு இடையே நின்று ஒன்றையொன்று மாற்றி மாற்றித் தொட்டபடி ''பாம்பைத் தூக்கி மேல போட்டா பஞ்சவர்ணக் கிளி. கிளியைத் தூக்கி மேல போட்டா நாகரத்தின பாம்பு. யா. வு. மே. ப்ளக்.'' என்று மணிவண்ணன் காரை தேர்ந்தெடுத்துவிட்டு, பாஸ்டன்காரர்களைப் பார்த்து ''எங்க ட்ரூப்ல நான் பெரியவன். நீ சின்னவங்கற பாரபட்சமெல்லாம் கிடையாது சார். எல்லாரும் ஒண்ணுதான். இருந்தாலும் இந்த மாதிரி வெளியூர் போறச்சே ஹோட்டல்ல ரூம் போட்டா எந்த ரெண்டு பேர் எந்த ரூம்ல தங்கறது, அதே மாதிரி எந்த ஆறு பேர் ஒரு கார்ல. மீதி ஆறு பேர் இன்னொரு கார்ல அப்டீன்னு முடிவு செய்ய செண்டிமெண்டலா இந்த ''இன்க்கி பின்க்கி பான்கி, யா. வு. மே. ப்ளக். சிஸ்டத்தை வெச்சிருக்கோம்'' என்று சொல்லிக் கண்ணடித்தேன். என் தம்பி மாது பாலாஜி ''காசி கபடி இந்து பால்'' என்றும், சீனு ''சாட், பூட், த்ரீ'' என்றும் போட்டு ராம்ரமணன் காரில் ஏறிக்கொண்டார்கள்.

அமெரிக்காவில் கீப் ரைட் லெஃப்ட் ஹாண்ட் டிரைவிங் என்பதெல்லாம் தெரியாத (தெரிந்தாலும் புரியாத) கிச்சா மணிவண்ணன் காரில் முன்பக்கம் ஏறி நம்ம ஊர் வழக்கப்படி இடதுபக்க சீட்டில் உட்கார்ந்துகொண்டான். (அமெரிக்காவில் அதுதான் டிரைவிங் சீட்) தப்பாக உட்கார்ந்ததோடு, மணி வண்ணனைப் பார்த்து, ''ஏன் சார், கார் ஓட்டப் போறது நீங்க ஆனா, ஸ்டியரிங் லெஃப்ட் சைட்ல தப்பா எனக்கு முன்னாடி ஃபிக்ஸ் பண்ணியிருக்கே. ரைட் சைட்ல உட்கார்ந்து என்பக்கம் சாஞ்சு ஸ்டியரிங்கைப் புடிச்சு ஓட்டறது உங்களுக்கு இடைஞ்சலா இருக்காதா? தினமும் இப்படி இடுப்பை சாய்ச்சு ஓட்டினா குழந்தை பொறக்கற அளவுக்கு இடுப்புல பிரசவவலி எடுக்குமே'' என்று வெச்ச கையை எடுக்காமல் ஜிலேபி பிழிவது போல தொடர்ந்து கிச்சா உளறினான்.

''எங்க ஊர்ல லெஃப்ட் ஹாண்ட் டிரைவிங்தான்'' என்று அவனுக்குப் பொறுமையாக விளக்கினார் மணிவண்ணன். உடனே கிச்சா, ''லெஃப்ட் ஹாண்டா? என்ன சார். ஏர்போர்ட்ல உங்க டெலிபோன் நம்பரை ரைட் ஹாண்ட்ல எழுதினீங்க. இப்ப லெஃப்ட் ஹாண்ட் டிரைவிங்னு சொல்றீங்களே'' என்றவன், பதில் சொல்லவந்த மணிவண்ணன் கன்னத்தில் செல்லமாக - அதே சமயம் பள்ளமாகக் கிள்ளி, ''குறும்பு சார் நீங்க. புரிஞ்சுபோச்சு, நீங்க நம்ம இண்டியன் கிரிக்கெட் டீம் கங்குலி, ராபின் சிங் மாதிரி. அவங்க பேட்டிங் லெஃப்ட் ஹாண்ட். போலிங்ரைட் ஹாண்ட். அது மாதிரி நீங்க டிரைவிங் லெஃப்ட் ஹாண்ட். எழுதறது, அதாவது ரைட்டிங் ரைட்ஹாண்ட் கரெக்டா'' என்று கூற, மணிவண்ணன் கோபமானார்.

''கிச்சா, மரியாதையா ரைட் சைடுல உக்காருங்க. கீப் லெஃப்ட், கீப் ரைட் எல்லாம் அப்புறம் விலாவாரியா சொல்லித் தரேன். மொதல்ல யூ கீப்

கொய்ட்'' என்று அவர் மிரட்ட, கிச்சா பயந்து கீழே இறங்கி வலப்பக்கம் போய் அமர்ந்தான்.

கிச்சாவின் குழப்பத்தால் அப்ஸெட் ஆன மணிவண்ணன் காரைச் சற்று வேகமாக ஓட்ட, கிச்சா என்னிடம் ரகசியமாக ''எத்தனை கிலோ மீட்டர் வேகத்துல போகுது?'' என்று கேட்டான். ''முட்டாளே, நல்லா தெரிஞ்சுக்க, அமெரிக்காவுல கிலோ மீட்டர் எல்லாம் கிடையாது. ஸ்பீட், தூரம் எல்லாம் மைல் கணக்குலதான்'' என்றேன் நான்.

மணிவண்ணனிடம் பேச்சு கொடுத்து நட்பை வளர்த்துக்கொள்ள விரும்பிய கிச்சா, ''சார். இப்ப நீங்க ஓட்டற ஸ்பீட் எத்தனை பீக்காக இருக்கும்?'' என்று கேட்டான். புரியாமல் முழித்த அவரிடம் ''பீக்காக்னா, ஐ மீன் எத்தனை மயில்னு கேட்டேன்'' என்று சொல்ல, மணிவண்ணன் இதைக் கேட்டு பொறுமையிழந்து, ''முருகா...!'' என்று கூவ, கிச்சா உடனே அதைப் பிடித்துக்கொண்டு ''கரெக்ட், முருகர்தான். முருகர் மயில் மேல ஏறி பறந்து உலகத்தைச் சுத்தினாரே, அந்த வேகத்துல நீங்க காரை ஓட்டறீங்க. பை தி பை, முருகரோட வாகனம் மயிலுக்கு இங்கிலீஷ்ல என்ன சொல்லுவா?'' என்று கேட்டான். மணிவண்ணன் இந்த முறை இன்னும் பெரிய தெய்வமான முருகரின் மாமனிடம் 'பெருமாளே.. கிச்சாவிடமிருந்து என்னைக் காப் பாத்து' என்று நினைத்து, ''பெருமாளே'' என்று சொல்ல, கிச்சா ''பெரு மாளுக்கு வாகனம் கருடன். தெரியும் சார்'' என்று பெருமையுடன் சொல்லிக் கொண்டான். கையோடு பின்னாடி திரும்பி, ''ஏ.ஆர்.எஸ். கருடனுக்கு இங்கிலீஷ்ல என்ன?'' என்று கேட்க, ஏ.ஆர்.எஸ். 'ஈகிள்' என்றான். உடனே கிச்சா, ''முட்டாள், அது ஃபிளாஸ்க்குடா'' என்று சொல்லிவிட்டு மணிவண்ணனைப் பார்த்துச் சிரித்து, ''ஏன் சார், ஃபிளாஸ்க்குக்கு தமிழ்ல என்ன?'' என்று கேட்க, பழனி ஆண்டவருக்கு பால் காவடி எடுப்பதாக மணிவண்ணன் வேண்டிக்கொள்ள, ஜேசுராஜ் வீடு வந்தது.

தமிழ் இனி மெல்லச் சாகும் என்று இங்கு நாம் கூறிக் கொண்டிருக்கிறோம். அமெரிக்காவில் நான் சந்தித்த அத்தனைத் தமிழர்களும் மெல்லச் சாகும் தமிழுக்கு வேகவேகமாக ஆக்ஸிஜன் கொடுத்து புத்துயிர் அளித்தது புதுப் பித்துக் கொண்டிருக்கிறார்கள். அமெரிக்காவில் வீடுகள் எல்லாம் மரத்தால் கட்டப்பட்ட வீடுகள். அதனால்தானோ என்னவோ, மர வீடுகளுக்கு எதுகையாக அதில் வசிக்கும் தமிழர்களும் மறத்தமிழர்களாக இருப்பதைப் பார்த்தேன்.

புதுமைப்பித்தன், ஜெயகாந்தன், லா.ச.ரா., சுந்தர ராமசாமி, அசோகமித்திரன், தி.ஜானகிராமன் போன்ற சிறுகதை, நாவல் வியாசர்களின் எழுத்துகளை நித்ய பாராயணம் செய்கிறார்கள்.

அமெரிக்கத் தமிழர்கள் ஆங்கிலம் பேசி சம்பாதித்தாலும் அதை தமிழில் பேசி செலவழிக்கிறார்கள். காலையில் எழுத்தாளனாக எழுந்திரிக்க வேண்டு மென்றால் இரவில் ஏதாவது ஒரு புத்தகம் படிப்பாளனாக இருந்துவிட்டு உறங்கவேண்டும் என்பது என் பாலிசி. பல வருடங்களாக தமிழ்நாட்டில்

இருந்துகொண்டு படிக்கத் தவறிய பல அரிய தமிழ்ப் பொக்கிஷங்களை அமெரிக்காவில் இருந்த இரண்டே மாதத்தில் ஜேசுராஜ் போன்றவர்கள் வீட்டு லைப்ரரியில் படித்தேன் என்றால் பாருங்கள்.

அமெரிக்காவில் வீடுகளுக்குக் கீழே பாதாள பைரவி போல படியிறங்கிப் போனால் 'பேஸ்மெண்ட்' என்று சொல்லப்படும் ஒரு சின்ன வீடு இருக்கும். சில வீடுகளில் வீட்டைவிட பேஸ்மெண்ட் விஸ்தாரமாக வசதியாக இருக்கும்.

நாங்கள் பன்னிரண்டு பேரும் பேஸ்மெண்ட்டில் தங்க வசதி செய்து இருப்பதாகக் கூறினார் ஜேசுராஜ். கிச்சா என்னைத் தனியே அழைத்து, ''என்னடாநீ, அவர்தான் சொல்றாருன்னா, நீயும் சம்மதிக்கறியே. என்ன வசதி செஞ்சு தந்தாலும் பிளாட்பாரத்துல எல்லாம் படுக்கறது தப்புடா மோகன், புரிஞ்சுக்க'' என்று சொல்ல, நான் புரியாமல் முழித்தேன்.

''என்ன முழிக்கற, நான் கொச்சையா பிளாட்பாரம்னு சொன்னேன். அவர் டீஸண்ணா பேஸ்மெண்டுன்னு சொன்னார் அவ்வளவுதான்'' என்றான்.

''முட்டாள், பேஸ்மெண்ட் வேறடா. நீ சொல்ற பிளாட்பாரம் பேவ் மெண்ட்'' என்று நான் சொல்ல, பதிலுக்கு கிச்சா, ''எதுக்கும் ஒரு தடவை டைரக்டரில அர்த்தம் பாத்துடு'' என்று சொல்லிவிட்டு ஜேசுராஜிடம் சென்று ''என்னோட ஒண்ணுவிட்ட மாமா ஒருத்தர் டெட்ராய்ட்ல இருக்கார். அவருக்கு போன் பண்ணணும். கொஞ்சம் டெலிபோன் டிக்ஷனரியைத் தர முடியுமா?'' என்று ஒரே கல்லில் இரண்டு மாங்காயாக என்னையும் ஜேசுராஜையும் குழப்பினான்.

பாஸ்டனில் கேம்பி ஸ்கூல் ஆடிட்டோரியத்தில் அக்டோபர் இரண்டாம் தேதி காந்தி ஜெயந்தி அன்று இரண்டு நாடகங்கள் போட்டு அமெரிக்க விஜயத்துக்குப் பிள்ளையார் சுழி போட்டோம். அந்த ஆடிட்டோரியத்தைப் பார்த்ததும் ஆடிப் போய்விட்டோம். மேடையில் ஒருவர் மூச்சுவிட்டால், அது கடைசி ரோவில் புயல் அடிப்பதுபோல் சத்தம் கேட்கும்! அங்கு சவுண்ட் சிஸ்டம் அவ்வளவு துல்லியம்.

மேடையைப் பார்த்த சந்தோஷத்தில் கிச்சா துள்ளிக் குதித்தான். கிச்சாவைப் பார்த்து பயத்தில் நான் கவலைப்பட ஆரம்பித்தேன்.

★ ★ ★

நான்கு ஆண்டுகளுக்கு முன்பு திருவல்லிக் கேணியில் 'ஃப்ரெண்ட்ஸ் ஃபைன் ஆர்ட்ஸ்' என்ற குழு பிரைவேட்டாக போட்ட 'பிடி சாபம்' என்ற புராண நாடகத்தைப் பார்க்க வரும்படி அதில் நடிப்பவர்கள் ரிகர்சலிலிருந்து நேராக பார்வதி, பரமசிவன், நாலு தலை பிரம்மா, நந்தி பகவான் என்று காஸ்ட்யூம் கெட்அப், மேக்கப் சகிதமாக நாலு ரிக்ஷாவில் என் வீட்டுக்கு வந்து அழைக்க, அவர்களை வேடிக்கை பார்க்க வீட்டைச் சுற்றிக் கும்பல்கூடி ரசாபாசமாகி விட்டதால், வேறுவழியில்லாமல் வர ஒப்புக் கொண்டேன்.

நாடகத்தன்று அதில் ரிஷியாக நடிக்கவிருந்த வங்கி ஊழியர் டிரான்ஸ்ஃபராகி ரிஷிகேஷத் துக்குப் போய்விட்டதால், ரிகர்சலை வேடிக்கை பார்க்க தவறாமல் வரும் கிச்சா, அவர்கள் தட்டில் வைத்துக் கொடுத்த பொங்கல் கொத்சுவால் கவரப்பட்டு, ரிஷியாக நடிக்கக் குஷியாக இசைந்தான்.

'பிடி சாபம்' நாடகத்தில் தாடையிலிருந்து தரைக்கு தார் ரோடு போட்டது போல, நீண்ட தாடியோடு தேஜஸான ரிஷி கெட்டப்பில் இருந்த கிச்சா, தாடி ஒட்டப் பயன்படுத்திய போஸ்டர் வஜ்ரகோந்தின் நமைச்சலால் வாய் குழற, ஆரம்பத்திலிருந்து கடைசிவரை விடாமல் 'பிதி சாதம்' என்றே ஏக மழலையில் சபித்துக்கொண்டிருந்தான்! ஒரு கட்டத்தில் இம்சை தாங்காமல் தாடியைப் பியித் தெடுத்து. நாலு தலை ஒட்டப்பட்ட நரக வேதனையில் இருந்த பிரம்மாவிடம், 'பிடி தாடி' என்று ஸ்பஷ்டமாகக் கூறி, தாடியைத் தந்துவிட்டு மேடையிலிருந்து குதித்து ஓடிவிட்டான்.

12

இப்பேர்ப்பட்ட 'நாடக ஜம்ப்பவான்' ஆன கிச்சா, பாஸ்டனில் நாங்கள் போடப்போகிற 'மீசை ஆனாலும் மனைவி' மற்றும் 'மாது ப்ளஸ் டூ' நாடகத்தில் அவனுக்குக் கொடுக்கப்பட்ட பாத்திரத்தில் (பாத்திரம்கூட இல்லை. சின்ன சைஸ் ஸ்பூன். அவ்வளவுதான்) நல்லபடியாக நடிக்க வேண்டுமே என்ற பயத்தில் காசி விசாலாட்சி, காஞ்சி காமாட்சி என்று ஆரம்பித்து கோலிவுட் குஷ்பு வரை (கோயில் இருக்கிறதே!) வேண்டிக் கொண்டேன்.

ஐந்து மணிக்குப் போடப்போகும் முதல் ஷோவான 'மாது ப்ளஸ் டூ' நாடகத்தில் தெலுங்கு பேசும் கல்யாண சாஸ்திரிகளாகவும், தொடர்ந்து ஏழு மணிக்கு இரண்டாவது ஷோவான 'மீசை ஆனாலும் மனைவி' நாடகத்தில் அரைகுறை இந்தி பேசும் சோபாலால் சேட்டாகவும் நடிக்கச் சொல்லி கிச்சாவிடம் கூறினேன். கிச்சாவும், ''டோண்ட் ஒர்ரி முஸ்தபா'' என்று காஷுவலாகக் கூறிவிட்டு இரண்டு நாடக வசனங்களையும் ஒரு 'வரி' விடாமல் பட்ஜெட் போல சமர்ப்பித்து என் வயிற்றில் பால் வார்த்தான்.

அப்போது கிச்சா வார்த்த பால் திரிந்துபோகும்படி ஒன்று நடந்தது. நாடகம் தொடங்க இன்னும் ஐந்து நிமிடமே இருந்த சமயத்தில் அமைப்பாளர்களான ராம்ரமணனும் மணிவண்ணனும் ஓடிவந்து ''மோகன், ஒரு சின்ன சேஞ். மொதல் ஷோ 'மாது ப்ளஸ் டூ'வுக்குப் பதிலா உங்களோட லேட்டஸ்ட் டிராமா 'மீசை ஆனாலும் மனைவி' போட்டுடுங்க. மாது ப்ளஸ் டூவை செகண்ட் ஷோவா போடுங்க'' என்று சொல்லிவிட்டு, என் பதிலுக்குக் காத்திராமல் நாடகம் தொடங்கப்போவதாக மைக்கில் அறிவித்துவிட்டு அந்தர்யாமியாகி விட்டார்கள்.

'மருந்து சாப்பிடும்போது குரங்கை நெனச்சுக்காதே' என்று சொன்ன கதையாக, அதுவரை நாடக மருந்தை நினைத்தாலே எனக்கு குரங்கு கிச்சா ஞாபகம் வந்து கர்ப்பம் கலங்கும். இப்போது மீசை ஆனாலும் மனைவி நாடகத்துக்குப் பிறகு மாது ப்ளஸ் டூ என்று மாற்று மருந்தைக் கூறி அதை அவசரமாகக் குடிக்கும்படி. ஸாரி, நடிக்கும்படி துரிதப்படுத்தியதில் துரதிர்ஷ்டவசமாக குரங்கு கிச்சாவை சுத்தமாக மறந்துவிட்டேன்.

மீசை ஆனாலும் மனைவி நாடகத்தின் முதல் மூன்று காட்சிகளை பாஸ்டன் தமிழர்கள் வாய்விட்டுச் சிரித்து வரவேற்றதில், 'நல்ல பேர் வாங்க வேண்டுமே' என்ற கவலை நோய் என்னை விட்டுப் போனது. நான்காவது காட்சியில் நான், மாது பாலாஜி, ஸ்த்ரீ-பார்ட் குஷ்மாதேவியாக நடிக்கும் சாமா மூவரும் சோபாலால் சேட்டாக நடிக்கும் கிச்சாவுக்காகக் காத்திருக்க, குடுமி, பஞ்சகச்சம், நாமம் சகிதமாக மாது ப்ளஸ் டூ காஸ்ட்யூமில் அத்துமீறி பிரவேசித்தான் கிச்சா. எஃபார் ஆப்பிள், பிஃபார் பிஸ்கட் என்று ஒரு ஆர்டரில் மாது ப்ளஸ் டூ மற்றும் மீசை ஆனாலும் மனைவி நாடக வசனங்களை தகர டப்பா அடித்து வைத்திருந்த கிச்சா, நடப்பது மாது ப்ளஸ்டூ நாடகம் என்று நினைத்து தெலுங்கு வசனங்களை மாட்லாட ஆரம்பித்தான்.

எங்களைப் பார்க்கவேண்டிய ஒரு கட்டாயமான கட்டத்தில் மீசை ஆனாலும் மனைவி காஸ்ட்யூமில் இருந்த எங்களை நோக்கிய கிச்சா அதிர்ந்து போய், ஆடு என நினைத்து மாடு திருடிய கள்ளன் போல முழித்தான். என்ன நினைத்தானோ தெரியவில்லை, சட்டென்று சுதாரித்துக்கொண்டு மாது ப்ளஸ் டூ தெலுங்கு சாஸ்திரிகள் டயலாக்கை தனக்குத் தெரிந்த, சுக்கு நூறாக உடைந்த இந்தியில் மொழிபெயர்த்துப் பேச ஆரம்பித்தான்.

திடீரென்று நடந்துகொண்டிருப்பது மீசை ஆனாலும் மனைவி நாடகம் என்பதையும், அதில் தான் சோபாலால் சேட் என்பதையும் உணர்ந்த கிச்சா,

அதே சமயத்தில் பஞ்சகச்சம், குடுமியில் தெலுங்கு சாஸ்திரிகளாக இருக்கும் லாஜிக்கையும் உடைக்க விரும்பாமல், சோபாலால் சேட்டாகப் பேச வேண்டிய இந்தி வசனங்களைத் தனக்குத் தெரிந்த விண்டு விண்டுபோன ஜிலேபி தெலுங்கில் பிழிய ஆரம்பித்தான்.

உச்சகட்டமாக, பயத்தில் கிச்சாவுக்கு நெற்றியில் நயாகரா கொட்டுவது போல வியர்க்க, அந்த வேர்வையில் நாமம் அழிந்து சந்தன கோபியானது. எத்தைத் தின்னால் பித்தம் தெளியும்' ரேட்டில் சோபாலால் சேட், தெலுங்கு சாஸ்திரிகள் என்று மாறி மாறி மேடையில் அங்குமிங்கும் ஆவேசமாக அலைந்ததில் கிச்சாவுக்குப் பஞ்சகச்சம் அவிழ்ந்து பைஜாமா ஆனது. குடுமி கலைந்து ஜில்பா ஆனது. மொத்தத்தில் தெலுங்கு சாஸ்திரிகளாக நுழைந்த கிச்சா, காட்சி முடிவில் சோபாலால் சேட்டாக அவனை அறியாமல் மாறிவிட்டான்.

எங்கள் நடிப்புக்கு வாய்விட்டுச் சிரித்த ஆடியன்ஸ், கிச்சாவின் நிஜமான தவிப்பை நேச்சுரல் நடிப்பாக நினைத்துப் பாராட்டி அரங்கமே அதிரும் வண்ணம் அப்ளாஸ் செய்தார்கள். சாதாரணமாக வாயில் சிங்கப்பல் முளைத்தால் அதிர்ஷ்டம் என்பார்கள். எப்போதும் அசாதாரணமாக நடந்து கொள்ளும் அல்லது நம்மைக் கொல்லும் 'நூடுல்ஸ் தலையன்' கிச்சாவுக்கு இருக்கும் அதிர்ஷ்டத்துக்கு அவன் வாயில் சிங்கப்பல் என்ன, சிங்கமே முளைத்தாலும் ஆச்சரியப்படுவதற்கு இல்லை.

'ஓடமும் ஒரு நாள் வண்டியில் ஏறும்' என்பது போல பிறரைக் குழப்பு வதையே பிறவிப்பயனாகக் கொண்டிருந்த கிச்சா, அன்று ஆடியண்ஸ் செய்த கரகோஷம் 'ஏன்? எதற்கு? எப்படி?' என்று குழம்பிப் போய், மேடையில் பார்வைக்கு தேக்குமர நாற்காலி போலத் தோற்றமளித்த தெர்மாகோல் நாற்காலியில் உட்கார, அது நொறுங்கி தரையில் உட்கார்ந்தான்.

கரகோஷம் செய்த ஆடியன்ஸ் முத்தாய்ப்பாக 'மிஸ்டர் பீன்' ரேஞ்சில் நாற்காலி நொறுங்கித் தரையில் அமர்ந்த கிச்சாவின் ஸ்லாப்ஸ்டிக் காமெடிக்கு எழுந்து நின்று கைதட்டினார்கள். வெறும் தரையில் உட்கார்ந்த கிச்சாவுக்கு ஸ்டாண்டிங் ஓவேஷன் கிடைத்தது!

மீசை ஆனாலும் மனைவிக்குப் பிறகு நடந்த மாது ப்ளஸ் டூ நாடகத்தில் கிச்சாவை சோபாலால் கெட் அப்பில் வரச்சொல்லி இந்தி பேசும் தெலுங்கு சேட் என்றும், ஜீவனோபாயத்துக்காக சாஸ்திரிகளாக இருப்பதாகவும் சொல்லச் சொல்லி சமாளித்தேன். சின்ன ரோலாக இருந்ததால் கிச்சா ரோலில் நான் செய்த மாற்றங்கள் கதையைப் பெரிதாகப் பாதிக்கவில்லை. ஆனால், தனக்குக் கொடுத்த சின்ன ரோலை வைத்து கிச்சா ராக் அண்ட் ரோல் ஆடியதில், ''மெட்ராஸ்ல இந்த ரெண்டு டிராமாவும் பார்த்திருக்கோம். ஆனா, இப்பப் பார்த்தது மெட்ராஸ்ல பார்த்ததைவிட இன்னும் பிரமாதமா இருந்தது. அமெரிக்காவுக்காக ஸ்பெஷலா அவரை (ஆட்டோகிராஃப் போட்டுக்கொண்டிருந்த கிச்சாவைக் காட்டி) வெச்சு நிறைய ஜோக்ஸ் எழுதியிருக்கீங்க'' என்று நாடகம் முடிந்ததும் க்ரீன் ரூமுக்கு வந்த பலரில்

சிலர் சொன்னார்கள். அதேபோல வந்த சிலரில் பலர் ''அவருக்கு (போட்டோ கிராஃப்குக்கு போஸ் கொடுத்துக்கொண்டிருந்த கிச்சாவைக் காட்டி) ஏன், சின்ன ரோலா தந்துட்டீங்க? ரொம்ப நல்லா நடிக்கறார்'' என்று பாராட்டுப் பத்திரம் வாசித்தார்கள்.

அப்போது அங்கு வந்த கிச்சாவிடம் அவர்கள் ''எப்படி சார் அவ்வளவு ரியலிஸ்டிக்கா அசடாட்டம் நடிச்சீங்க?'' என்று கேட்க, அதற்கு கிச்சா, ''ஒண்ணும் தெரியாத அப்பாவியா. அசடாட்டம் நடிக்கறது ரொம்பக் கஷ்டம். அதுக்குத் தன் புத்திசாலித்தனம் வேணும். இதுலே புத்திசாலியா நடிக்கறது சுலபம். என்னா, நடிக்கறதுக்கே ஒரு புத்திசாலித்தனம் வேணுமே. இதுவே வாழ்க்கைல புத்திசாலியா இருக்கறது கஷ்டம். அசடா இருக்கறது சுலபம். வசதியும்கூட. சில பேர் புத்திசாலித்தனமா இருக்கறதா நெனச்சுண்டு கடைசியில அசடு வழிவாங்க. அதனால நான் சொல்ல வந்தது என்னன்னா, புத்திசாலித்தனமான அசடா இருக்கறதைவிட, அசட்டுத்தனமான புத்திசாலியா இருக்கறது எவ்வளவோ பெட்டர்'' என்று மேலோட்டமாகக் கேட்பவர்களுக்கு தத்துவம் போலத் தோற்றமளிக்கும் தனது தத்துபித்து பிரசங்கத்தை அனுமார் வால் போல நீட்டிக்கொண்டே போனான். க்ரீன் ரூமுக்கு வந்தவர்கள் இன்னொரு தடவை ஸ்டாண்டிங் ஓவேஷன் செய்து கிச்சாவின் பேச்சுக்கு முற்றுப்புள்ளி வைத்து, அவன் மேற்கொண்டு ஆரம்பிப்பதற்குள் ரன்னிங் ஓவேஷன் செய்தபடி சிண்டு தெறிக்க ஓடினார்கள்!

'நாரதர் கலகம் நன்மையில் முடியும் என்ற பழைய பழமொழி போய், 'கிச்சாவின் வம்பு உச்சாணிக் கொம்பில் முடியும்' என்று ஒரு புதுப் பழமொழியைச் சொல்லி, என் குழுவில் என்னைத் தவிர, மற்ற அனைவரும் பரவசப்படும் அளவுக்கு பாஸ்டன் நாடகத்தில் கிச்சா செய்த அபத்தம் சுபத்தமாக முடிந்தது.

பாஸ்டனில் நாடகம் முடித்த அன்று இரவே மறுநாள் நியூ யார்க்கில் இருக்கும் நியூ ஜெர்ஸி என்ற ஊரில் நாடகம் போட 'க்ரேஹவுண்ட்' (Grey Hound) என்ற அமெரிக்காவின் ஆஸ்தான பஸ்ஸில் ஏறிச் சென்றோம்.

அது என்னமோ தெரியவில்லை, பழைய தமிழ் சினிமாவில் ஸ்டாண்ட் போட்ட மோட்டார் பைக்கில் கதாநாயகன் ஓட்டுவது போல எக்ஸ்பிரஷன் கொடுக்க, பின்னால் வீதிகள், வீடுகள் பேக்-புரொஜக்ஷனில் ஓடுமே, அதுபோல க்ரேஹவுண்ட் பஸ் ஓட்டுநர்கள் வெறும் ஸ்டியரிங்கைப் பிடித்து எக்ஸ்பிரஷன் மட்டும்தான் கொடுக்கிறார்கள். பஸ்ஸாகப் பார்த்து எங்கள் மேல் பரிதாபப்பட்டு ஓடினால் உண்டு.

இது போதாதென்று பத்து மைலுக்கு ஒன்று என்ற விகிதத்தில் வரும் அமெரிக்காவின் பிரபலமான கொத்து பரோட்டா கடையான 'மெக் டொனால்ட்ஸை' பார்த்தால் போதும். பஸ்ஸை நிறுத்தி கிட்டத்தட்ட ஸ்டாண்டே போட்டுவிட்டு, என்னமோ நாற்பது நாள் உண்ணாவிரதத்தைக் கலைப்பவன் போல பர்கர், சாலட், கோக் என்று கபளீகரம் செய்யப் போய்விடுகிறார்கள்.

நாங்கள் பயணித்த க்ரேஹவுண்ட் பஸ்ஸின் ஓட்டுநரின் பெயர் ஜெர்ரி. பஸ்ஸைத் தயாரிக்கும்போது கூடவே ஃபேக்டரியில் ஜெர்ரியையும் தயாரித்தார்களோ என்று பிரமிக்கும் அளவுக்கு பஸ் ஜாடையில் பிரும் மாண்டமாக இருந்தார் ஜெர்ரி.

மதயானை பிளிறுவது போல சோம்பல் முறித்துவிட்டு, அஸ்திவாரம் சரியில்லாத நாற்பது மாடிக் கட்டடம் திடீரென்று சடசடவென்று சரிவது போல விரல்களுக்குச் சொடுக்கு எடுத்துவிட்டு பஸ்ஸுக்குள் வெங்கலக் கடையில் நுழைந்த யானை போல ஏறிய ஜெர்ரி, தன் டிரைவர் சீட்டில் கிச்சா அமர்ந்திருப்பதைப் பார்த்து, 'ஹௌ ஆர் யூ மேன், கெட் அப்' என்று அவ்வளவு பெரிய உருவத்துக்குப் பொருத்தமில்லாத கீச்சுக்குரலில் கேட்க, ஜெர்ரியும் தன்னைப் போல சக பயணி என்று நினைத்த கிச்சா, தெனாவட்டாக 'ஃபர்ஸ்ட் யு டெல் மீ. ஹௌ ஆர் யூ மேன்' என்று கூற, கிச்சாவுக்கும் ஜெர்ரிக்கும் ஏற்பட்ட மோதல் நியூ ஜெர்ஸியை அடைவதற்குள் காதலாகிக் கசிந்து கண்ணீர் மல்கியதை அடுத்த வாரம் சொல்கிறேன்.

★ ★ ★

கிச்சாவுக்கு ஓட்டத்தெரிந்த விஷயங்கள் இரண்டு. ஒன்று - சைக்கிள். அதையும் குரங்கு பெடல் அடித்தபடி என்னமோ துரத்துபவர்களிட மிருந்து தப்பிக்க முயலும் சைக்கிள் திருடன் அவசரமாக ஓட்டுவது போல கோணல் மாணலாக ஓட்டுவான். மற்றொன்று - வீட்டுத் திண்ணையில் வீரமரணம் ரேஞ்சில் வெட்டி மல்லாக்காகப் படுத்தபடி ஈ ஓட்டுவது.

வாகனங்களை ஓட்டத்தான் வக்கில்லை. அட் லீஸ்ட், பல்வேறு வாகனங்களை ஓட்டுவது போல பாசாங்கு செய்து போட்டோவாவது எடுத்துக் கொள்ள வேண்டுமென்ற கிச்சாவின் அல்ப ஆசையைப் பூர்த்தி செய்வதற்கென்றே ட்ரிக் போட்டோகிராபியில் நிபுணனான தணி காசலம், தெற்குமாட வீதிக்குக் குடிவந்தான்.

அவனது ஒண்டுக்குடித்தன இண்டுஇடுக்கு ஸ்டுடியோவுக்கு இருட்டில் தட்டுத் தடுமாறிப் போய் நாம் போஸ் மட்டும் கொடுத்துவிட்டு வந்தால் போதும். பத்தே நாளில் அவரவர் அல்ப ஆசைக்கு ஏற்ப நம்முடைய ஓர் உள்ளங்கையில் தாஜ்மஹாலையும், இன்னொரு உள்ளங்கையில் குதுப்மினாரையும் அசால்டாக தாங்கிக்கொண்டு ஜனசந்தடியான சிங்கராச்சாரி தெருவில் நடப்பது போலவும், சிவபெருமான் கணக்கில் நமது உச்சந்தலையில் ஓட்டவைத்த பிறை சந்திரனில் ஆர்ம்ஸ்ட்ராங் ராக்கெட்டிலிருந்து இறங்கி வருவது போலவும் போட்டோவில் ட்ரிக் செய்து டெலிவரி செய்துவிடுவான்.

13

தணிகாசலத்தைவிட்டு பார்த்தசாரதி பெருமாள் கோயில் வாசலில் நிறுத்தப்பட்டிருக்கும் மாருதி, ஓபல் ஆஸ்ட்ரா, டெம்போ, டூரிஸ்ட் பஸ்கள்

போன்ற வாகனங்கள் போதாதென்று கோயில் யானை, ஜட்கா வண்டி இவற்றைத் தனித்தனியாக போட்டோ எடுக்கச் சொல்லி, மேலே கூறிய வாகனங்களை, தான் ஓட்டுவது போல போஸ் கொடுத்து அட்டாச் பண்ணச் சொல்லி, கிச்சா ஓர்ஆல்பமே தயாரித்து வைத்திருக்கிறான்.

கிராஃபிக்ஸ் மற்றும் கம்ப்யூட்டர் புலிகளே ஆச்சரியப்படும் அளவுக்கு தணிகாசலத்தின் தொழில்நுட்ப நகாசு வேலையால் ''என்னை விட்டுவிடு'' என்று அலறிக்கொண்டு ஓடும் பேயை கிச்சா ஓட்டுவது, பெருமாளுக்குப் போட்டியாக கருட வாகனத்தில் கிச்சா வருவது போன்ற போட்டோக்களை அவனுடைய ஆல்பத்தில் நானே பார்த்திருக்கிறேன்.

போட்டோகிராபி பிரியனான கிச்சா, ஆர்னால்டு ஸ்வார்ஷ்நெகர் அளவுக்குப் பிரும்மாண்டமாகவும், ஐஸ்வர்யா ராய் அளவுக்குச் சொகுசாகவும் இருந்த க்ரேஹவுண்ட் பஸ்ஸைப் பார்த்ததும் பரவசமாகி, பஸ்ஸுக்கு முன் நின்று போட்டோ எடுத்துக் கொண்டான். பின்னர் டிரைவர் சீட்டில் அமர்ந்து கொண்டு பஸ் ஸ்டியரிங்கைப் பிடித்து ஓட்டுவதுபோல பாவலா காட்டிக் கொண்டிருந்த வேளையில், பஸ்ஸின் ஓட்டுநர் ஜெர்ரி யானைகவுனி எக்ஸ்பிரஸ் போல நுழைந்து, கிச்சாவை ''ஹ௫ ஆர் யூ?'' என்று கேட்க, பதிலுக்கு கிச்சா ''ஹ௫ ஆர் யூ மேன்?'' என்று கேட்க, தன்னை இந்த தடிராஸ்கல் கிண்டல் செய்கிறான் என்று தவறாகப் புரிந்துகொண்ட ஜெர்ரி வெறியானார்.

காக்கி-காக்கியில் இருப்பவர்தான் ஓட்டுநர் என்ற கலாசாரத்தில் குலாப்ஜா மூன் போல ஊறிப் போயிருந்த அசட்டு கிச்சா, ஷார்ட்ஸ், டி-ஷர்ட்டில் இருந்த ஜெர்ரியை சக பயணி என நினைத்துவிட்டான். தன்னை 'கெட் அப்' என்று ஜெர்ரி சொன்னதும் உட்கார்ந்திருந்தவன் பளிச்சென்று டிரைவர் சீட்டின்மேல் எழுந்து நின்றுகொண்டு, ''இப்போ திருப்திதானே?'' என்று அழிச்சாட்டியம் செய்தான். பிரும்மாண்டமான உருவம் இருந்தாலும் பிஸ்கோத்து மூளை கொண்ட அமெரிக்காவின் கிச்சாவான ஜெர்ரி, தான்தான் டிரைவர் என்ற முக்கியமான விஷயத்தை மட்டும் சொல்லாமல் வேறு ஏதேதோ பேச, ஒருவருக்கொருவர் புரிந்துகொள்ளாமல் பேசும் டி.வி. கலந்துரையாடல் போல இருவர் வாக்குவாதமும் பின்வருமாறு தொடர்ந்தது.

''எழுந்திருப்பா..'' - இது ஜெர்ரி.

''நான் ஏன் எழுந்துக்கணும்?'' - இது கிச்சா.

''முட்டாள், நீ எழுந்திருச்சாதானே நான் அங்க (டிரைவர் சீட்டைக் காட்டி, ஆனால் டிரைவர் என்று சொல்லாமல்) உட்கார முடியும்''

''முட்டாள், (ஜெர்ரியை ஓட்டுநர் என்று அறியாமல்) வண்டி கிளம்ப இன்னும் பத்து நிமிஷம்தான் இருக்கு. நான் ஊருக்குப் புதுசு. எனக்கு விட்டுக்குடுக்கக் கூடாதா? இங்க உக்காந்து நீ என்ன சாதிக்கப் போற. அல்பி. பின்னாடி இருக்கற த்ரீ ஸீட்டர் உன் சைஸுக்கு கரெக்டா இருக்கும். போய் அதுல உட்கார்ந்துக்க''

''நான் பின்னாடி போய் உக்கார்றதா? ஏ மூதேவி. பின்னாடி நான் உக்காந்தா முன்னாடி பஸ் எப்படிப் போகும்?'' என்று இப்பவும் தான் டிரைவர் என்பதை நேரடியாகச் சொல்லாமல் பூடகமாகக் கூறி, கமர்ஷியல் பிரேக் கூட தராமல் கலந்துரையாடலைத் தொடர்ந்தார் ஜெர்ரி.

''கரெக்ட், உன் பருமனுக்கு பின்னாடி உக்காந்தா பின்பாரம் தாங்காதுதான். அப்ப செண்ட்ரா பாத்து உக்காரு'' என்று கிச்சா சொல்ல, பொறுமையிழந்த ஜெர்ரி, ''ஓகே மேன். ஓகே. அந்த சீட்டுல நீயே உக்காரு. வண்டியையும் நீயே ஓட்டு'' என்று கிச்சுக் குரலில் கூறிவிட்டு பஸ்ஸுக்குள் ஏறும் வாசலை அடைத்தபடி, விஸ்வாமித்திரர் போஸில் விட்டேத்தியாக நின்றார்.

''டேய் முட்டாள், நான் ஏன் வண்டியை ஓட்டணும். டிரைவர் வந்தா ஓட்டிட்டுப் போறான்'' என்று ஜெர்ரியை மேலும் குழப்பினான் கிச்சா.

''டிரைவர் வந்து ஓட்டுவானா. முட்டாள். எப்படிடா முடியும். நான் இங்க இல்லே இருக்கேன்'' என்று இப்பவும் தான்தான் டிரைவர் என்பதை வெளிப்படையாகச் சொல்லாமல், தும்மல் வரும் அளவுக்கு பொடி வைத்து ஜெர்ரி சொல்ல, ''கரெக்ட். வழியை நீ இப்படி அடைச்சுண்டு நின்னா டிரைவர் உள்ள நுழையறது கஷ்டம்தான்'' என்று கிச்சா கூறியதும்தான் ஜெர்ரியின் ட்யூப் லைட் மூளை எரிய ஆரம்பித்தது.

''ஐ வாஸ் டிரைவர். ஐ அம் டிரைவர். ஐ வில் பி தி டிரைவர்'' என்று பாஸ்ட், ப்ரஸெண்ட், ஃப்யூச்சர் டென்ஸில் டென்ஷனாக, உச்சகட்ட கீச்சுக்குரலில் ஜெர்ரி ஊர்ஜிதம் செய்த பிறகுதான் ஜெர்ரியை சக பயணி என நினைத்து தான் செய்த தவறு கிச்சாவின் இல்லாத மூளைக்கு உறைத்தது.

டிரைவர் சீட்டிலிருந்து டைவ் அடித்து ஜெர்ரியின் பூதார, ஸாரி, பாதார விந்தங்களைப் பற்றியபடி ''ஸாரி சார்'' என்று கிச்சா பணிவாகச் சொல்லவும் ஜெர்ரி அவன் மீது சமாதானப் பார்வையை வீசினார்.

ஜெர்ரியின் பாதத்தைப் பற்றியபடி மேலே பார்த்த கிச்சா, அவருடைய கழுத்தில் விதவிதமான சிலுவைகள், டலிஸ்மான் (Talisman) என்று சொல்லப்படும் நம்ம ஊர் ரட்சை தாயத்துக்கள் தொங்குவதைக் கண்டதும், ஆக்ரோஷமாக வளர்ந்து இருந்தாலும் சுபாவத்தில் ஜெர்ரி ஆத்திகமான சாத்வீகன் என்பதைப் புரிந்து கொண்டான். சட்டென்று எழுந்த கிச்சா சிரித்தபடி கை நீட்டி, ''சார், மை நேம் ஈஸ் கிச்சா, அலையஸ் கிருஷ்ணா. பை தி பை, யூ நோ லார்ட் கிருஷ்ணா. ஹி ஈஸ் எ காட் லைக் யுவர் ஜீஸஸ்'' என்றதும், ஜெர்ரி அப்படியே உருகிப் போனார்.

இதுதான் சமயம் என்று கிச்சா, ''சார், லார்ட் கிருஷ்ணாவும் உங்களை மாதிரி டிரைவர்தான் சார்'' என்றான்.

''என்னது? டிரைவரா?'' என்று வாய்பிளந்தார் ஜெர்ரி.

''யெஸ். ஆனால், அவர் க்ரேஹவுண்ட் பஸ் டிரைவர் இல்லை. அவர் செரியட் டிரைவர் ஃபார் அர்ஜுனா. அவரை நாங்க பார்த்தசாரதின்னு அழைப்போம். பார்த்தன் என்பது அர்ஜுனனுக்கு நிக் நேம், சாரதி மீன்ஸ் டிரைவர்'' என்று கிருஷ்ணரை ஜெர்ரியோடு ஒப்பிட்டு பகவான் பக்தாள் ரிலேஷன்ஷிப் பற்றி பாகவத உபன்யாசம் செய்து ஜெர்ரி தலையில் செர்ரிப் பழம் வைத்து ஜஸ் வைத்தான் கிச்சா.

இதன் பலனாக, அடுத்த சில நிமிடங்களில், ஜெர்ரியின் சோபா மடியில் உட்கார்ந்தபடி நியு ஜெர்ஸி நோக்கிச் செல்லும் ஹைவேயில் க்ரேஹவுண்ட் பஸ்ஸை ஓட்டிக்கொண்டிருந்தான் கிச்சா.

பஸ்ஸை ஓட்டுவது போல பாவ்லா காட்டி போஸ் கொடுத்து போட்டோ எடுத்துக்கொள்ள நினைத்த கிச்சாவுக்கு அந்த பஸ்ஸையே ஓட்டக்கூடிய

வாய்ப்பு கிடைக்கும் என்று நாங்கள் நினைத்துக்கூடப் பார்க்கவில்லை. நியூ ஜெர்ஸி வரும் வரையில் கிச்சா 'கீதாஸ் அட்வைஸ்' என்று கிருஷ்ணரின் கீதோபதேசத்தை ஆங்கிலத்தில் மொழிபெயர்த்து அதன் சாராம்சத்தைக் கூற, பீமன் போல இருந்த ஜெர்ரி, அர்ஜுனன் போல பய்யமாக அதைக் கேட்டபடி பஸ்ஸை ஓட்டிக்கொண்டு வந்தார்.

கிச்சா என்ன சொன்னான் என்று எங்களுக்குத் தெரியாது. ஆனால், நியூ ஜெர்ஸி பஸ் ஸ்டாண்டில் இறங்கியதும் கிச்சா, ஜெர்ரியைப் பார்த்து, ''ஜெர்ரி, இம்ப் யூ கமிட் மிஸ்டேக் இன் லைஃப். வாட் வில் ஹேப்பன்?'' என்று கேட்க, பதிலுக்கு ஜெர்ரி நல்ல சுத்தத் தமிழில் ''உம்மாச்சி கண்ணைக் குத்தும்'' என்று சொல்ல, என்னைத் தவிர என் குழுவில் உள்ள அனைவரும் ''கிச்சாவுக்கு உடம்பு பூரா மூளை. ஐ.நா. சபைல இருக்க வேண்டியவன்'' என்றெல்லாம் புகழ்ந்து பேசினார்கள்.

நியூ ஜெர்ஸியில் பார்கவி சுந்தர்ராஜன் கட்டும் கோயில் நிதிக்காக 'மீசை ஆனாலும் மனைவி', 'மாது ப்ளஸ் டூ' நாடகம் போட்ட போது என் குழுவில் உள்ள அனைவரும் கிச்சா பாஸ்டனில் செய்த தவறை தொடரவேண்டும் என்று செண்டிமெண்டலாக என்னைப் பலவந்தப்படுத்தினார்கள். நானும் வேறுவழியில்லாமல் சம்மதித்தேன்.

தவறு செய்வதில் முன் அனுபவம் இருந்ததால் இம்முறை அதே தவறை கிச்சா இன்னும் பிரமாதமாகச் செய்ய அரங்கமே அதிர்ந்தது. பாஸ்டனில் போட்டோகிராபுக்கு போஸ் கொடுத்து ஆட்டோகிராஃப் போட்டு பிரபலமான கிச்சா, நியூ ஜெர்ஸியில் ஆட்டோபயாகிராபி எழுதும் அளவுக்குப் பிரபலம் அடைந்தான்.

நியூ ஜெர்ஸியில் நாடகத்தை வெற்றிகரமாக முடித்த கையோடு அன்றிரவு பார்கவி சுந்தர் ராஜன் வீட்டில் பால்பாயசம், பருப்பு உசிலி, புளியோதரை, அக்காரவடிசல் என்று எங்களுக்கு அமர்க்களமாக டின்னர் பரிமாறப்பட்டது.

தேவையில்லாமல் திணிக்கப்பட்ட இமேஜால் தெரியாத்தனமாக சென்டர் ஆஃப் அட்ராக்ஷன் ஆகிவிட்ட கிச்சாவை சாப்பிடவிடாமல் அங்கு வந்தவர்கள் சூழ்ந்துகொண்டு ''உங்க குவாலிஃபிகேஷன் என்ன? உங்க ஹாபீஸ் என்ன? எங்கே வொர்க் பண்றீங்க?'' என்று கேட்டு அவனை 'கேள்வியின் நாயகனாக்கி' கிட்டத்தட்ட கேரோ செய்தார்கள்.

'என்னுடைய குவாலிஃபிகேஷன் - ஏழாம் கிளாஸ் எட்டு தடவை எழுதி பத்து தடவை ஃபெயில். ஹாபீஸ் - பம்பரம், பாணா காத்தாடி விடுவது, மொத்தத்தில் குண்டுச்சட்டியில் குதிரை, குதிரைகூட இல்லை, கழுதை ஓட்டும். தண்டச் சோத்து தடிராமன்' என்ற தனது கேவலமான பயோ-டேட்டாவைக் கூறமுடியாமல் சிறிது நேரத்துக்கு பேய் முழி முழித்தான் கிச்சா.

திடீரென்று அவன் கண்ணில் அங்கிருந்த கம்ப்யூட்டர் பட்டது. தான் ஒரு கம்ப்யூட்டர் கன்ஸல்டெண்ட் என்ற பொய்யை வழக்கம் போல வாய் தவறாமல் ஸ்பஷ்டமாக ''ஐ அம் எ கம்ப்யூட்டர் இன்சல்டெண்ட்'' என்று பதவி சாகப் பேத்த, கேள்வி கேட்டவர்கள் கிச்சாவின் பேத்தலை ஜீரணிக்க முடியாமல் அட்லீஸ்ட் அதுவரை சாப்பிட்டதையாவது ஜீரணித்துக் கொண்டிருப்போம் என்ற ரீதியில் மயான அமைதி காத்தார்கள்.

14

'நேற்றைய கம்ப்யூட்டர் இன்றைய கல்லாப்பெட்டி' என்ற ரேஞ்சில் கம்ப்யூட்டர் துறை அசுர வளர்ச்சியடையும் இந்த காலகட்டத்தில் கம்ப்யூட்டர் சம்பந்தமாக என்ன ரீல் ஓட்டினாலும் 'நமக்கேன் வம்பு. இவனது இன்றைய அஞ்ஞானம் நாளைய விஞ்ஞானமாக மாறி ஒருவேளை சாத்தியப்படலாம்' என்ற ரீதியில் சிலர் தலையை ஆட்டி கிச்சா சொன்னதைத் தாற்காலிகமாக ஒப்புக்கொண்டார்கள்.

யார் கண்டார்கள்? 'காதலர் தினம்' ஈமெயில் காதல் போல நாளை ஆணும் பெண்ணும் ஒருவரையொருவர் பார்த்துக் கொள்ளாமல் தங்கள் பிளட் குரூப், குரோமோசோம், டி.என்.ஏ. விஷயங்களை கம்ப்யூட்டரில் டைப் அடித்து இன்டர்நெட் மூலமாக சரசமாடி, கூடிக் குலாவி, டபுள்யூ டபுள்யூ டபுள்யூ

டாட் பேபி டாட் காமில் டெஸ்ட் ட்யூப் பேபி போல கம்ப்யூட்டர் வழியாக குழந்தையை டவுன் லோட் செய்தாலும் ஆச்சரியப்படுவதற்கில்லை.

'கம்ப்யூட்டர் இன்சல்டெண்ட்' என்று அறிவுஜீவியான கிச்சா சொன்னதன் நோக்கம் என்ன என்பதை யோசித்த ஒருவர் (இவர் பில்கேட்ஸ் கம்பெனியில் வாசக் கேட்டிலிருந்து கொல்லை பக்க கேட் வரை செல்லும் அதிகாரம் உடையவர்), ''மிஸ்டர் கிச்சா, இப்ப கம்ப்யூட்டர்ல சில விஷமிகள் வைரஸைப் புகுத்தி கம்ப்யூட்டரை இன்சல்ட் பண்றாங்க. அதைத் தடுக்க நீங்க சாஃப்ட்வேர் தயாரிக்கறீங்க. அதனால நீங்க உங்களை 'கம்ப்யூட்டர் இன்சல்டெண்ட்'னு சொல்லிக்கறீங்க. சரிதானே?'' என்று தயங்கியபடி கேட்க, கிச்சா 'ஆமாம் இல்லை' இரண்டுக்கும் பொதுவாக, மையமாக தலையை ஆட்டினான்.

''என்ன சாஃப்ட்வேர்னு நான் தெரிஞ்சுக்கலாமா?'' என்று தேள்கடி போல அவர் தொடர்ந்து குடைய ஆரம்பிக்க, கரணம் தப்பினால் மரணம் நிலையில் இருந்த கிச்சா, இந்த இம்சையை எப்படிச் சமாளிப்பது என்று பேய் முழி முழித்தான். இம்முறை பார்கவி சுந்தர்ராஜன் வீட்டு சுவாமி அலமாரி அவன் கண்ணில் பட்டது. அதில் இருந்த பெருமாள் படங்களைப் பார்த்தவன் பக்தி பரவசம் அடைந்து திடீரென்று கோயில் கதவுகளை அறைந்து சாத்துவது போல இரு கன்னத்திலும் படபடவென்று அறைந்து (கேள்வி கேட்டவர் கன்னத்தில்தான்) டிஸ்கோ வெறியில் சாமியாடினான்.

பிறகு சாந்தசொரூபியாகி ''சகஸ்ரநாம சோ சேஷாத்ரி கோமல் சாமிநாத மேஜரஸ்ய சுந்தர்ராஜ சண்முக பகவதே ஒய்.ஜி.பார்த்தசாரதி ஸேவிதே பாகிமாம்'' என்று சம்ஸ்கிருத ஜாடையில் கண்களில் தாரை தாரையாக நீர் பெருக கூறினான். பின்னர் கேள்வி கேட்டவர்களைப் பார்த்து, ''ஒண்ணு மில்லை குழந்தைகளா, பெருமாளோட சித்த நேரம் சம்ஸ்கிருதத்துல சம்பாஷிச்சேன்'' என்று கூற, அவர்கள் 'பார்வையிலே நடிகனாய், பழக்கத்திலே கம்ப்யூட்டர் நிபுணனாய், பக்தியில் பரம்பொருள் சேவகனாய்' என்ற ரேஞ்சில் கிச்சாவைப் பார்த்துவிட்டு 'கிச்சாஜி' என்று கோரஸாக மரியாதையில் விளிக்க ஆரம்பித்தார்கள்.

கிரேஸி கிரியேஷன்ஸ் குழு ஆரம்பித்த நாள்களில் அதன் காரியதரிசியாக இருந்து அதை வளர்த்து, அது நன்றாக வளர்ந்த சமயத்தில் அதன் வளர்ச்சியை அனுபவிக்க முடியாமல் வேலை நிமித்தமாக நியூ ஜெர்ஸி சென்றுவிட்ட எங்கள் குழுவைச் சேர்ந்த வெங்கட் என்கிற ரமணி வீட்டில் அடுத்த நான்கு நாள்கள் தங்கினோம்.

கிச்சாவை தா56ற்காலிகமாக கழட்டிவிட எண்ணி, வெங்கட்டுக்கு அவனை அறிமுகம் செய்துவைத்து கிச்சாவை அவன் தலையில் கட்டினேன்.

நாங்கள் இல்லாத ஒரு சமயத்தில் கிச்சா, வெங்கட்டை தனியாக அழைத்துப் போய் ''சார், நாமல்லாம் ஒரே ஏஜ் குரூப். அதுவும் தவிர, நீங்க மோகன் ட்ரூப்ல ஆதிநாள்லேந்து ஃபவுண்டர் மெம்பர் வேற. உங்ககிட்ட கூச்சமில்லாம கேக்கலாம்'' என்று பெரிய லெவலில் பீடிகை போட,

வெங்கட் ''கிச்சா, நீங்க மோகன் ட்ரூப். எனக்கு பிரதர் மாதிரி. வெக்கப்படாம கேளுங்க. என்ன வேணும்?'' என்று வாத்ஸல்யமாகக் கூறினான்.

சுற்றும்முற்றும் பார்த்துவிட்டு நயாகராவை தப்பா ''வயாகரா'' என்று ஆரம்பித்தான் கிச்சா.

''வயாகராவா'' என்று அலற ஆரம்பித்த வெங்கட் வாயை பொத்தி, ''ப்ளீஸ், முடியாதுன்னா விட்டுடுங்க. பட், தயவு செஞ்சு மோகன்கிட்ட சொல்லிடாதீங்க. என்னை அப்புறம் திட்டுவான்'' என்று கூறி கொஞ்சம் கொஞ்சமாக வெங்கட் வாயை ரிலீஸ் செய்தான்.

''கிச்சா, தோ பாருங்க, வயாகராவெல்லாம் ஃபால்ஸ்'' என்று அந்த மாத்திரை பொய். இன்னும் நிருபணமாகவில்லை என்பதை வெங்கட் கூற முயற்சி செய்ய, கிச்சா ''வயாகரா ஃபால்ஸ்னு (அருவி என்ற அர்த்தத்தில்) எனக்கும் தெரியும் சார்'' என்று சொல்ல, ''தெரிஞ்சுண்டே ஏன் ரிஸ்க் எடுக்கறீங்க..'' என்ற வெங்கட்டைப் பேசவிடாமல் ''ரிஸ்க் எல்லாம் பாத்தா முடியுமா. ஆசைப்பட்டா தைரியமா அனுபவிச்சு பாத்துரணும். திருவல்லிக்கேணில பாஷ்யமய்யங்கார்னு ஒருத்தர். அறுபது வயசுல பொண்டாட்டி செத்துட்டா, ரிஸ்க்தான். இருந்தாலும் தைரியமா ரெண்டாம் கல்யாணம் பண்ணிக்கலையோ?'' என்று ஏதோ வாய்க்கு வந்த உதாரணத்தைக் கூறினான் கிச்சா.

''பாஷ்யம் அய்யங்காருக்கு அறுபது வயசாச்சு.. ரெண்டாம் கல்யாணம். அவருக்கு வயாகரா ஓகே பட் உங்களுக்கு நாற்பது வயசுதானே ஆச்சு'' என்று வெங்கட் புரியாமல் கேட்க, ''என்ன வெங்கட் உளர்றீங்க. பாஷ்யம் அய்யங் காருக்கு பாத்ரூம் ஷவர்ல குளிச்சாலே மூச்சு முட்டும். அவருக்கு வயாகரா ஓகேங்கறீங்க. நான் குத்தாலத்துல குளிச்சுட்டு அந்த ஈரம் காயறதுக்கு முன்னாடி கோனே ஃபால்ஸ் வந்து குளிச்சவன். நான் வயாகரா பாக்க கூடாதா?'' என்று பச்சைக் குழந்தை போல கண்ணீர் அருவியாகக் கொட்டிய படி கிச்சா கேட்க, அப்போதுதான் வெங்கட்டுக்கு புரிந்தது. நயாகராவை வயாகரா என்று கிச்சா உச்சரித்தது.

இந்த சம்பாஷணையை என்னிடம் கூறிவிட்டு விழுந்து விழுந்து சிரித்த வெங்கட், ''எங்கடா புடிச்ச இந்த அராத்தை (கிச்சாவை)'' என்று கேட்க, ''தோ பார், என்னைப் புடிச்ச அராத்து இப்ப உன்னைப் பிடிச்சுருக்கு. எனக்குப் பழகிப் போச்சு நாலு நாள் இங்கதான் தங்க போறோம். ம். வசமா மாட்டிக்கினே'' என்று நான் சொல்ல, ''சீச்சி, சும்மா பெரிசு படுத்தாத, கிச்சா பாவம் சாது'' என்று கிச்சாவுக்காக வெங்கட் வாதாட, அப்போது ஃபேக்டரி சங்கு போல ஃபயர் அலாரம் முழங்கியது.

அலறியடித்துக்கொண்டு போய்ப் பார்த்தால், கிச்சா படுப்பதற்கு முன் பார்த்தசாரதி பெருமாள் படத்துக்கு ஊதுவத்தி காட்டிவிட்டு (தீப்பந்தம் போல திகுதிகுவென்று எரியும் நாலு பாக்கெட் வத்திகள்) அதை ஃபயர் அலாரம் குமிழியில் உள்ள துளையில் சொருகிக்கொண்டிருந்தான்!

கிச்சா ரொம்ப காஷுவலாக வெங்கட்டைப் பார்த்து, ''என்ன சைரன் சத்தம் கேக்கறது. வெளில ஆம்புலன்ஸ் அடங்கிய யாராவது ஆம்புலன்ஸ்ல போறாளா, இல்லை கவர்னரா?'' என்று வெகுளியாகக் கேட்க, அராத்து கிச்சா தங்கப்போகும் அந்த நான்கு நாள்களை எண்ணி வீட்டில் ஹீட்டர் போட்டிருந்தும் நடுங்கினான் வெங்கட்.

மறுநாள் குளிக்கக் கிளம்பிய கிச்சாவிடம், ''தோபாருங்க, திருவல்லிக்கேணி மாதிரி பக்கெட்டுல தண்ணி ரொம்ப மொண்டு மொண்டு குளிச்சு பாத்ரூமை ஈரமாக்கக் கூடாது. பாத்ரூம்ல டப் இருக்கும். அதுல உக்காண்டுதான் குளிக்கணும்'' என்று வெங்கட்டின் மனைவி ராதா சொல்ல, தலையாட்டி விட்டு பாத்ரூமுக்குள் சென்ற கிச்சா அடுத்த பத்தாவது நிமிஷம் ''காப் பாத்துங்க, காப்பாத்துங்க, ப்ளீஸ் ஸேவ் மீ'' என்று குரல் கொடுக்க, நாங்கள் பாத்ரூம் நோக்கி ஓடினோம்.

வெளியே தண்ணீர் தெறிக்காமல் இருக்க ஸ்க்ரீன் போட்டு மூடியிருந்ததால் கிச்சாவுக்கு பாத் டப் இருப்பது தெரியவில்லை. ''உள்ளே உட்கார்ந்து குளிக்கணும்'' என்று ராதா சொன்னதை வைத்து பாத்ரூமில் இருந்த கொஞ்சம் பெரிய சைஸ் வாஷ்பேஸினை டப் என்று நினைத்து அதற்குள் ஏறி (அதற்குள் எப்படி ஏறி உட்கார்ந்தான் என்பது இன்றுவரை எங்களுக்குப் புரியாத புதிர்) டைட்டாக உட்கார்ந்துகொண்டவன் கைஅலம்பும் குழாயில் ஒரு மாதிரி குளித்துவிட்டு இறங்க முடியாமல் ஈனக் குரல் கொடுத்திருக்கிறான். பிறகு வெங்கட், ப்ளம்பரை வரவழைத்து வாஷ்பேஸினைக் கழற்றிக் கீழே வைத்து, அதிலிருந்து கிச்சாவை இழுத்து வெளியே போட்டான்.

நாங்கள் வெங்கட் வீட்டில் இருந்த சமயம் அப்போது அங்கு நவராத்திரி. கிச்சா பெட்டிகளை அடுக்கி பெட்ஷீட்டால் மூடி கொலுப்படி அமைத்துக் கொடுத்ததில் வெங்கட் மனைவி ராதாவுக்கு பரம சந்தோஷம். பட்டு பீதாம்பரம், துளசிமாலை, தலையில் அட்டைக்கிரீடம், அதில் மயிற்பீலி என்று வெட்கமில்லாமல் கிருஷ்ணர் வேஷம் போட்டுக்கொண்டு புல்லாங் குழலுக்குப் பதிலாக வெங்கட்டின் பையனுடைய கிடாரை கையில் வைத்துக்கொண்டு ராதாவோடு சென்று அக்கம்பக்கத்து வீட்டுக்காரர்களை கொலுவுக்கு அழைத்தான் கிச்சா.

கொலுவுக்கு வந்தவர்கள் எல்லோரும் வெட்கப்பட்டுப் பாடாததால் கிச்சா ஆபத்துக்குப் பாதகமில்லை என்று ''சோளம் விதைக்கையிலே சொல்லி விட்டுப் போற புள்ளே, சோளம் விதைச்சு'' என்று சினிமா பாட்டு பாடினான். பக்கத்து வீட்டு 'பென்' ''இது என்ன பாப் ஸாங்கா?'' என்று கிச்சாவைப் பார்த்துக் கேட்க, கிச்சா, ''நோ, நோ திஸ் ஈஸ் பாப்கார்ன் ஸாங் (சோளத்தைப் பற்றி பாடியதால்)'' என்று கூறினான்.

நாங்கள் அங்கிருந்த நான்கு நாள்களும் ''சேலம் உதைக்கையிலே. சுள்ளிபுட்டு பூரா புள்ளே..'' என்று பக்கத்து வீட்டில் 'பென்' சாதகம் செய்து கொண்டிருப்பது எங்கள் காதில் விழுந்தது.

★ ★ ★

பாரத கலாசாரத்தில் பற்று மிகுந்த எனது நியூ ஜெர்ஸி நண்பனின் மனைவி ராதா, நவராத்திரி கொலுவை தன் வீட்டில் விமரிசையாக நடத்தி விட்டு, கடைசி நாளன்று அக்கம்பக்கத்து அமெரிக்கச் சுமங்கலிகளுக்கு ஒரு தட்டில் கவுனும் அதற்கு மேட்சிங்காக கர்ச்சிப்பும் வைத்துக் கொடுத்தாள். நண்பிகள் வட்டாரத்தில் தனக்கு நல்ல பேர் வாங்கித் தந்த கிச்சாவை, 'பேண்ட் ஷர்ட் போட்ட பழுத்த சுமங்கலி'யைப் பார்ப்பதுபோல நன்றியோடு பார்த்து நெகிழ்ந்து போனாள்.

இது போதாதென்று கொலுவுக்கு வந்த அமெரிக் கர்களுக்குப் பட்டாணி சுண்டல், பால் பாயசத்தை அங்கு கிடைக்கும் இலைகளை ஈர்க்குச்சியால் தைத்துச் செய்த தொன்னையில் கொடுத்தான் கிச்சா.

''சாப்பிட்ட பிறகு அந்தத் தொன்னையை மரத்தடியில் போட்டால் அப்படியே மரத்துக்கு உரமாகிவிடும்'' என்பதையும் கூறி, தொன்னை யின் மல்டி பர்பஸ் உபயோகத்தை அவன் விளக்க, இந்தத் தொன்னை விவகாரம் காட்டுத் தீ போல நியூ ஜெர்ஸி முழுவதும் பரவியது.

அபாயகரமான பிளாஸ்டிக் பொல்யூஷனைத் தவிர்ப்பது எப்படி என்பது பற்றி ஆராய்ச்சி செய்துகொண்டிருக்கும் கொலுவுக்கு வந்த நியூ ஜெர்ஸி விஞ்ஞானி ஒருவர், பிளாஸ்டிக் கப்புக்கு மாற்றாக கிச்சா விநியோகித்த ஈர்க்குச்சி தொன்னை யால் எக்கச்சக்கமாக ஈர்க்கப்பட்டுவிட்டார்!

மறுநாளே 'டேபுலாய்ட்' எனப்படும் லோக்கல் பத்திரிகையில், 'தொன்னை மேன் ஃப்ரம்

செ்ன்னை' என்ற தலைப்பில் வெங்கட் வீட்டுக் கொலுப்படியில் உட்கார்ந்திருக்கும் கிச்சாவின் படம் போட்டு, தொன்னையைப் 'புத்தம் புதிய த்ரோ அவே கப்' என்று விவரித்து, விலாவாரியாகக் கட்டுரை எழுதி, கிச்சாவை ஐன்ஸ்டீன் லெவலில் புகழ்ந்து கூறியிருந்தார்.

தன் வீட்டுக் கொலு பற்றிய செய்தி பத்திரிகையில் வரும் அளவுக்குப் பிரபலமான சந்தோஷத்தில் ராதாவுக்கு, கிச்சாவை ரொம்பவும் பிடித்துப்போய்விட்டது. விளைவு, என் நண்பன் வீட்டில் என் கொடி ஏற்றுவதற்கு முன்பே இறக்கப்பட்டு, கிச்சாவின் கொடி பட்டொளி வீசிப் பறக்க ஆரம்பித்து!

ராதா கேட்டுக்கொண்டதன்பேரில், பக்கத்துக் கிராமத்துக்கு வெங்கட்டோடு கிச்சா சென்று, அங்கு இருக்கும் மாடுகள் போடும் சாணத்தை எடுத்துவந்து, தண்ணீரில் கரைத்து தினமும் வாசல் தெளித்து கோலம் போட்டான்.

வைத்த கையை எடுக்காமல், புள்ளிகளை இணைத்து கிச்சா கோலம் போடுவதை வாயைப் பிளந்தபடி பக்கத்து வீட்டு 'பென்', அடுத்தாத்து ஆர்லிங்டன், எதிர்வீட்டு எமர்ஸன் தத்தம் மனைவிமார்களோடு பார்த்து விட்டு, சி.என்.என்.னுக்குத் தகவல் கூற, கேமராசகிதமாக சி.என்.என். நிருபி எலிஸா வந்துவிட்டாள்.

''இவ்வளவு ஒல்லியா இருக்கியே, எலிஸாவுக்குப் பதிலா மெலிசான்னு பேரை மாத்திக்கோடி'' என்று கோலம் போட்டபடி கிண்டல் செய்து கொண்டே கிச்சா போஸ் கொடுக்க, அது லைவ்வாக அமெரிக்க டி.வி.க்களில் ஒளிபரப்பானது. கிச்சாவிடம் கோலத்தின் தாத்பர்யத்தைப் பற்றி எலிஸா கேட்க, ''கோலம் மீன்ஸ் ப்யூட்டி லைக் யூ'' என்று ஐஸ் வைக்க, எலிஸா குஷியாகி கிச்சாவை டைட் க்ளோஸப்பில் கவர் செய்தாள். பிறகு, ''ஃபர்ஸ்ட் யு ஹேவ் டு புட் புள்ளிகள்'' என்ற கிச்சா, அப்போது கேமராவை எடுத்துக்கொண்டு, வெவ்வேறு கோணத்துக்காக கோணல் மாணலாக அங்குமிங்கும் ஓடிய எலிஸாவைப் பார்த்து, ''ஏய் எலிஸா, டோண்ட் ரன் லைக் சுண்டெலிஸா'' என்றான்.

திடீரென்று ஞாபகம் வர, ''புள்ளி மீன்ஸ் இம்பார்டெண்ட் பர்ஸன்ஸ். பெரும்புள்ளி மீன்ஸ் பிக் ஷாட்ஸ்'' என்று கூறினான் கிச்சா. திருதிருவென்று விழித்தாள் எலிஸா. தொடர்ந்து, ''இந்தச் சமூகமும் கோலம் மாதிரி வண்ணமயமாக இருக்கவேண்டும் என்றால், பெரும்புள்ளிகள் அத்தனை பேரையும் ஒன்றாக இணைக்கவேண்டும். ஐ மீன், இம்பார்டெண்ட் பர்சன்ஸ் டுகெதர்!'' என்று மேலும் உளறினான் கிச்சா.

கோலம் மூலமாக சமூக ஒற்றுமையை சிம்பாலிக்காக வெளிப்படுத்திய கிச்சாவை 'செயின்ட் கிச்சா ஃபரம் இண்டியா' என்ற தலைப்பில் சி.என்.என்.னில் ஒளிபரப்பினார்கள். அதைப் பார்த்த நியூ ஜெர்ஸி தாய்க்குலம் அனைவரும் ஓடோடிவந்து கிச்சாவிடம் கோல க்ளாஸ் எடுக்கும்படி கெஞ்சிக் கூத்தாடினார்கள்.

கிச்சா கோலப் புத்தகம் போட்டு, ஜெராக்ஸ் எடுத்து, ஒரு புத்தகம் ஒரு டாலர் முப்பது பைசா என்று போட, அவர்கள் ''இங்கு பைசா கிடையாது. செண்ட்தான்!'' என்று கூற கிச்சா, ''எனக்கு இந்த செண்டு, பவுடர்லாம் அலர்ஜி. ஃப்ரீயாவே வெச்சுக்கங்க'' என்று சொன்னான். அவர்கள் கிச்சாவை ''ஃபிலான்த்ரஃபிஸ்ட்'' என்று பாராட்ட, வயிற்றெரிச்சலில், இருந்த என்னைப் பார்த்து கிச்சா, ''வெற்றிமீது வெற்றி வந்து என்னைச் சேரும்'' என்று புரட்சித் தலைவர் ஸ்டைலில் பாடினான்.

மறுநாள் நியூ ஜெர்ஸியிலிருந்து கையில் 'டார்ச்' என்று சொல்லப்படும் தீப்பந்தத்தோடு மாலுமிகளுக்குக் கலங்கரை விளக்கமாக நிற்கும் லிபர்டி சிலையைப் பார்க்க நியூ யார்க்குக்கு காரில் போனோம்.

நம்ம ஊர்ல அட்ரஸ் கேட்டா, ''லெஃப்டுல போய், ரைட்டுல போய், கிழிஞ்சு போய், காணாமப் போய், செத்துப் போய்'' என்று சொல்லும்படியான சந்துபொந்துகள் அமெரிக்காவில் இல்லை. திரௌபதி மானம் காக்க கிருஷ்ணர், பேல் பேலாக அளித்த புடைவை மாதிரியாக அமெரிக்க ரோடுகள் நீண்டுகொண்டே இருந்தன! பி.டி. உஷா, வலசம்மா லெவலில் மைல்கணக்கில் ஓடத் தெரிந்தால்தான் இவ்விடத்தில் தில்லாக பிக்பாக்கெட் அடிக்கலாம்.

'மரத்தை மறைத்தது மாமத யானை. மரத்தில் மறைந்தது மாமத யானை' என்ற திருமூலர் வாக்கைப் போல, காருக்குள் உட்கார்ந்திருக்கும் நமக்கு, 'ரோடுக்குமேல கார் ஓடுகிறதா? இல்லை, காருக்குக் கீழே ரோடு ஓடுகிறதா? என்று குழப்பம் ஏற்படும் அளவுக்கு, தாருக்குப் பதிலாக ஐவரிசி பாயசத்தில் போட்டது போல, ஹைவேஸ் வழவழப்பாக இருந்தது.

வீதி நெரிசல் நிலவரங்களை அமெரிக்காவில் ஹெலிகாப்டரிலிருந்து கேமரா வழியாகப் பார்த்து, அவ்வப்போது கார் ரேடியோவில் கூறுகிறார்கள்.

''துரைசாமி சப்வேயில் துரைசாமியே தனியாக நடந்துபோக முடியாத அளவுக்கு கார், ஆட்டோ, பஸ், லாரி என்று டிராஃபிக் மிக்ஸட் ஃப்ரூட் ஜாம். ஆற்காடு ரோட்டில் ஓரளவுதான் டிராஃபிக் ஜாம். எனவே, கோடம் பாக்கத்துக்கு சினிமா சான்ஸ் கேட்கப்போகிறவர்கள், ஆற்காடு ரோடு வழியாகப் போனால் தாமதமானாலும் அப்பா ரோலாவது கிடைக்க வாய்ப் புண்டு'' என்று சென்னையில் சொன்னால் எப்படி இருக்கும் என்று கற்பனை செய்து பார்த்தேன்.

மீட்டருக்குமேல் பேசிவிட்டு, ரோட்டுக்கு மேல் பறக்கும் ஆட்டோக்கள், ஸ்பீட் பிரேக்கர்கள், சிக்னல்கள் எல்லாவற்றையும் உதாசீனப்படுத்திவிட்டு, ஓடும் சிசுபாலனைக் கொல்ல நிற்காமல் சுழன்றபடி துரத்தியடிக்கும் விஷ்ணுவின் சக்கரம் போல ஓடும் மீன்பாடி வண்டிகள், அடிக்கடி ஒன் பாத்ரும் போகும் குழந்தை போலத்தண்ணீர சிந்திக்கொண்டே போகும் தண்ணீர் லாரிகள், நமது காரின் ஒரு பக்கத்துக் கதவைத் திறந்து உள்ளே நுழைந்து, எதிர்ப்பக்கக் கதவைத் திறந்து வெளியேறி ரோட்டை க்ராஸ் செய்யும் பாதசாரிகள் போன்ற நமக்குப் பழக்கமான சமாசாரங்களை அமெரிக்காவில் பார்க்கவே முடியாமல் எனக்கு ஹோம் சிக் வந்துவிட்டது!

போலீஸ்காரரை அங்கு காப் (COP) என்கிறார்கள். சரியான பெயர்தான். ஓட்டுவதில் தவறு செய்தால், முதல் வேலையாகக் கையில் 'காப்'புதான்! பிறகு, நமது லைசென்ஸ், இன்ஷூரன்ஸ் எல்லாவற்றிலும் கரும்புள்ளி செம்புள்ளி குத்தி, நம்மை ஜானவாச கார் ஓட்டக்கூட லாயக்கில்லா தவர்களாக்கி விடுகிறார்கள்!

ஐஸன்ஹோவரோ யாரோ நினைவு இல்லை. ''நமது வீதிகளைக் கட்டியது நமது பணபலம் என்று நாம் நினைக்கிறோம். தவறு... மாறாக, நமது பணபணத்தைக் கட்டிக் காப்பதே நமது வீதிகள்தான்!'' என்று சொன்னாராம். அந்த அளவுக்கு அமெரிக்காவின் தலைவிதியை நிர்ணயிப்பது, அதன் பிரதான தலை வீதிகள்.

லிபர்டி சிலை நிற்கும் தீவுக்கு மின்சாரப் படகில் சென்றோம். பிரான்ஸி லிருந்து பாகம் பாகமாக வந்த அந்தச் சிலையை முழுமையாகப் பிரதிஷ்டை செய்து, அதன் திறப்பு விழாவின்போது நடந்த வேடிக்கையை வெங்கட் சீரியஸாகச் சொன்னான். அப்போது ஜனாதிபதியாக இருந்த க்ளீவ்லாண்ட் பேசி முடித்ததும், அந்த ஊர் வட்டம், மாவட்டத்தைச் சேர்ந்த ஒருவர் சிக்னல் காட்ட, பட்டாசு வெடிச் சத்தத்தோடு துணியால் மூடப்பட்ட சிலை திறக்கப்பட வேண்டும் என்று ஏற்பாடு முடிவு செய்யப்பட்டு இருந்ததாம்!

கிச்சா டைப் கேனையான அந்த வட்ட மாவட்ட ஆசாமி, ஜனாதிபதி க்ளீவ்லாண்ட் பேசிக்கொண்டிருக்கும் போது - தலையில் பொடுகோ என்னவோ தெரியவில்லை - தலையைச் சொறிந்துகொள்ள கையைத் தூக்கியிருக்கிறார். அதையே சிக்னலாக எடுத்துக்கொண்டு, பட்டாசுக்குச் சமமாக க்ளீவ்லாண்ட் முகத்தில் எள்ளும் கொள்ளும் வெடிக்க, சிலை திறக்கப்பட்டதாம். அப்புறம் அந்தத் தப்பு சிக்னல் செய்த அதிகாரிக்கு செம அர்ச்சனை ஆங்கிலத்தில் விழுந்ததாம்!

பிறகு, மீண்டும் ஒரு தடவை சிலையை மூடி, க்ளீவ்லாண்ட் பேசி முடித்ததும் திறக்கப்பட்டு, செய்த தவறு மழுப்பப்பட்டதாம்! ஆக, ''அமெரிக்கா வானாலும் இந்தியாவானாலும் சொதப்பல் ஒண்ணுதான், மழுப்பல் ஒண்ணுதான் சோதரா'' என்று அல்ப சந்தோஷத்தில் எனக்கு பாடத் தோன்றியது.

அந்தப் பிரும்மாண்டமான லிபர்டி சிலையைப் பார்த்ததும் கிச்சா பக்திப் பரவசமாகிப் போனான்.

''என்னடா மோகன், இவ்வளவு பெரிய லட்சணமான சிலை. நங்கநல்லூர் ஆஞ்சநேயரைவிட நாலு மடங்கு பெரிசா இருக்கு. எந்தச் சிலைக்கும் ஒரு சாந்நித்தியம் உண்டு. இதை இப்படியே அநாதையா நிக்க வெச்சுட்டாங்களே. லிபர்டி சிலைக்கு அழகா 'விடுதலை முத்துமாரியம்மன்'னு பேர்வெச்சு, அவங்க வழக்கப்படி பர்கர் மாலை போட்டு, சூப் படையல் வெச்சு, கோக் அல்லது பெப்ஸி அபிஷேகம் செஞ்சு ஆறுகால பூஜை நடத்தலாம் இல்லையா? பூஜை பண்ணப் பண்ணத்தான் சிலைக்கே பவர் கூடும். வேண்டிக்கிட்டு மொட்டை போடறவங்களுக்கு வசதியாக தோ, இந்தப் பக்கம் ஒரு ஆயிரங்கால் மண்டபம் கட்டலாம். அங்கப்பிரதட்சணம் செய்ய வசதியா சிலையைச் சுத்தி மொசைக் தரை போடலாம்'' என்று கிச்சா சொல்லச் சொல்ல, நாங்களே ஒரு கணம் எங்களை மறந்து லிபர்டி சிலையைப் பார்த்து கன்னத்தில் போட்டுக் கொண்டோம்.

அப்போது ''எச்சுப் பாட்டியோ கிச்சாமி'' என்ற குரல் சற்றுத் தொலைவி லிருந்து கேட்டது. கிச்சா திரும்பிப் பார்த்தான்.

கொரியன் ஏர்வேஸில் சகபயணியாக வந்து, கிச்சா விட்ட ரீலுக்கு மயங்கி வாட்ச், டிரான்ஸிஸ்டர் உபயம் செய்த ஜப்பானிய டூரிஸ்ட் குள்ளர், காமிரா, பைனாகுலர் சகிதமாக கிச்சாவை நோக்கி வேகமாக வந்து கொண்டிருந்தார்!

★ ★ ★

சென்ற அத்தியாயத்தில் விட்ட இடத்திலிருந்து தொடருவதற்கு முன் எங்கள் குழுவின் புகைப்பட நிபுணனாக தன்னைப் பாவித்துக் கொண்டிருக்கும் ஏ.ஆர்.எஸ். பற்றி சில வார்த்தைகள்.

எங்களது அமெரிக்க விஜயத்தைத் தனது பழங் கால பெருங்காய டப்பா கேமராவால் போட்டோ எடுத்து அல்பமாக ஸாரி, ஆல்ப மாகப் போட்டது எங்கள் குழுவைச் சேர்ந்த கேமரா சிற்பி ஏ.ஆர்.எஸ்! இவனுக்கு கேமரா சிற்பி என்ற பட்டத்தை நாங்கள் நிந்தாஸ்துதியாக (தூய தமிழில் சொல்லப்போனால் 'நக்கலாக') கொடுத்த காரணம், கேமராவை 'க்ளிக்' செய்யும் போது பதட்டத்தில் ஏ.ஆர்.எஸ்.ஸின் கை பூகம்பம்போல நடுங்கும். அதனால் போட் டோவில் உள்ள எல்லோர் முகத்திலும் சிற்பி உளியால் செதுக்கியது போல பள்ளம் விழுந்திருக்கும்.

இதுதவிர, இன்றுவரை புரியாத புதிர் என்ன வென்றால், ஏ.ஆர்.எஸ். எடுத்த போட்டோக் களில் அவன் எங்களில் யாரை எடுத்தானோ அவர்களைத் தவிர, மற்றவர்கள் அனைவரும் - ஒளிந்துகொண்டிருந்தால்கூட - எப்படியோ விழுந்துவிடுவார்கள். அதேபோல் ஏ.ஆர்.எஸ். எடுத்தபோட்டோக்களில் ஏ.ஆர்.எஸ்.ஸும் இருப்பான். அதுவும் கையில் கேமராவோடு எங்களை போட்டோ எடுக்கும் போஸில் எங்க ளோடு சேர்ந்து போட்டோவில் விழுந்திருப்பான்.

தன்னை போட்டோ எடுக்க ஃபோகஸ் செய்து கொண்டு இருக்கும் ஏ.ஆர்.எஸ்.ஸுக்கு, கையில் டார்ச் ஏந்திய லிபர்டி சிலைக்குக் கீழே கையில்

16

எவரெடி டார்ச் ஏந்தியபடி போஸ் கொடுத்துக்கொண்டிருந்தான் கிச்சா. அப்போது, தாய்ப்பசுவை நோக்கிப் பாசத்தோடு ஓடிவரும் கன்றுக்குட்டியைப் போல, கொரியன் ஏர்வேஸில் தன்னோடு சகபிரயாணியான ஜப்பானிய டூரிஸ்ட் சச்சு மாட்ஸியோ குச்சாமி தன்னை நோக்கி கோலிகுண்டைப் போல உருண்டு வருவதைப் பார்த்தான்.

கிச்சாவை ஏ.ஆர்.எஸ். ஃபோகஸ் செய்ய, கிச்சா சச்சு மாட்ஸியோ குச்சாமி கழுத்தில் தொங்கும் லேட்டஸ்ட் மாடல் காஸ்ட்லி கேமராவை கண்ணில் ஜொள்ளு கொட்ட ஃபோகஸ் செய்து பார்த்தான். என்ன ரீல் விட்டு அந்த

கேமராவை சுட்டுக் கொள்ளலாம் என்று யோசித்துக்கொண்டிருந்த கிச்சாவைப் பார்த்து அந்த மட ஏமாந்த சோணகிரி சச்சு மாட்ஸியோ குச்சாமி, லிபர்டி சிலையைக் காட்டி அதன் சரித்திரப் பின்னணியை விளக்குமாறு வேண்டி கிச்சாவின் வலையில் தானாகவே விழுந்தார்.

என்னுடன் இரண்டு மூன்று தடவை சினிமா கதை டிஸ்கஷனுக்கு வந்திருப்பதால் பார்த்ததை உல்டா அடித்து நேட்டிவிடியோடு கூறும் சாமர்த்தியம் கிச்சாவுக்கு ஓரளவு உண்டு. தீப்பந்தத்தோடு நிற்கும் லிபர்டி சிலையைப் பார்த்ததும் கிச்சாவுக்கு உல்டாவாக மெரீனா பீச்சில் கையில் கால் சிலம்போடு இருந்த கண்ணகி சிலை கண்முன் வந்தது. இளங்கோவடிகளின் சிலப்பதிகாரத்தை அமெரிக்க மண்வாசனைக்கு ஏற்ப மாற்றி 'மிஸ்டர் சச்சு மாட்ஸியோ குச்சாமி, லிபர்டி ஈஸ் தி நேம் ஆஃப் தி லேடி' என்றவன், கோவலனுக்கும் மாதவிக்கும் என்ன பெயர் வைப்பது என்று சிறிது யோசித்தான். சென்னை மவுண்ட் ரோடு தியேட்டர்கள் ஞாபகத்துக்கு வர, ''லிபர்டி ஒரு பணக்காரனைக் கல்யாணம் செய்துகொண்டாள். அவன் பெயர் காஸினோ (கோவலன்). துரதிர்ஷ்டவசமாக ஒரு நாட்டியப் பெண்மணி மீது காதல்வயப்பட்டான் காஸினோ. அவள் பெயர் கெயிட்டி (மாதவி)'' என்று ஆரம்பித்து, பாண்டிய மன்னனை பிரான்ஸ் மன்னனாக்கி அவன் காஸினோவை (கோவலனை) அறியாமல் கொன்றதாகக் கூறி, அதனால் வெகுண்டெழுந்த லிபர்டி (கண்ணகி) கையில் உள்ள தீப்பந்தத்தால் பிரான்ஸை எரித்ததாக முடித்தான்.

இதைக் கேட்டு, மெய்சிலிர்த்துப் போய் அதனால் தாற்காலிகமாக ஓர் இஞ்ச் உயர்ந்த அந்த ஜப்பான்காரர், தன் பாராட்டைத் தெரிவிக்க கழுத்தில் தொங்கிய கேமராவை கிச்சா கழுத்தில் மாலையாகப் போட்டார்.

லிபர்டி சிலையைப் பார்த்துவிட்டு நியூ யார்க்கில் நாடகங்களுக்குப் பெயர் போன பிராட்வே ஷோ பார்க்க அவசர அவசரமாக ஓடினோம். நாங்கள் அன்று பார்த்தது அமெரிக்காவின் பிரபல நாடக ஆசிரியர் எழுதி, அவரைவிட பிரபலமான நடிகர்கள் நடித்த ஒரு நகைச்சுவை நாடகம்.

நாடகக் காட்சிகளில் பனிபெய்வது, மின்னலடிப்பது இடிஇடித்து மழை பெய்வது போன்ற பிரும்மாண்டங்களை ஓரங்கட்டிவிட்டு, கதை-வசனத்தையும் நடிப்பையும் மட்டும் பார்த்தால், கிட்டத்தட்ட அந்த நாடகமும் ஒரு ஹெல்த்தியான துணுக்குத் தோரணம்தான். மற்றபடி, நமக்கும் அவர்களுக்கும் பெரிதாக ஒன்றும் வித்தியாசமில்லை. என்ன, நம்ம ஊர் நாடகக்காரர்களுக்கு பாவம் 'விரலுக்கேத்த வீக்கம்' என்றால் அவர்கள் நாடகத்தில் 'டாலருக்கேத்த டாம்பீகம்' தெரிகிறது. அவ்வளவுதான்.

துணியைப் போட்டு தாண்டி சத்தியம் செய்கிறேன். நம்ம நாடகாசிரியர் 'மெரீனா' தன் பெயரை 'மியாமி' என்று மாற்றிக் கொண்டு 'தனிக்குடித்தனம்' நாடகத்தை ஆங்கிலத்தில் மொழிபெயர்த்து, வேண்டாம் அப்படியே தமிழில் போட்டு, அதில் பூர்ணம் விஸ்வநாதன் நடித்து பிராட்வேயில் மேடையேற்றினால் பூர்ணகும்பம் வைத்து அமெரிக்க ரசிகர்களே

கொண்டாடுவார்கள். அமெரிக்காவில் நாடகம் போடுபவர்கள் வாங்கும் சம்பளத்தை ஆர்.எஸ்.மனோகருக்கு தந்திருந்தால் நாடகத்துக்காக நோபல் பரிசே வாங்கியிருப்பார் நம்ம நாடக காவலர்.

அக்கரைக்கு இக்கரைப் பச்சை என்பதை நான் அக்கரைப் பச்சை அறையில் (க்ரீன் ரூமில்) புரிந்துகொண்டேன். நாடகம் முடிந்ததும் நாங்கள் க்ரீன் ரூமுக்குச் சென்று, நடிகர்கள் ஒரு சிலரைச் சந்தித்து வலுக்கட்டாயமாக எனது நாடகங்களைப் பற்றி அவர்களுக்குத் தோராயமாகக் கூறினேன். ''உங்கள் நாடகக் கதை வசன அணுகுமுறையைக் கேட்கும்போது எங்களுக்குப் பிரபல நாடக ஆசிரியர் 'நீல் ஸைமன்'தான் ஞாபகத்துக்கு வருகிறார்'' என்று இக்கரைப் பச்சையான என் மீது அக்கறை காட்டியவர்கள், ''நீல் ஸைமனுக்கு சொந்தமாக ஒரு தீவே இருக்கிறது, உங்களுக்கு?'' என்று கேட்டார்கள். 'மழைக் காலத்தில் வீட்டைச் சுற்றி தண்ணீர் தேங்கும் சமயத்தில்தான் தீவுக்குச் சொந்தக்காரராகும் வாய்ப்பு எனக்கு உண்டு' என்ற என் வயிற்றெரிச்சலை நான் அவர்களுக்குச் சொல்லவில்லை.

நம்மைப் போலவே 'நாடகத்தில் நகைச்சுவை மட்டும் போதாது. மெஸேஜும் தேவை' என்று அந்த ஊர் விமர்சகர்களால் தூஷிக்கப்படும் அவர்கள், ஆதங்கத்தோடு என்னிடம் ''உங்கள் நாடகத்தில் நீங்கள் என்ன மெஸேஜ் தருகிறீர்கள்?'' என்று கேட்டார்கள். அதுவரை சும்மா இருந்த கிச்சா, ''மெஸேஜ் எல்லாம் எங்க ஊர்ல போஸ்ட்மேன்தான் தருவான்'' என்று ஆரம்பித்து ''என்ன சார் புடலங்காய் மெஸேஜ். குடும்பக் கஷ்டத்தால அவனவன் மனசுல வலியோட நாடகம் பார்க்க வரான் சார். அவனுக்கு மெஸேஜைவிட வலியைப் போக்கற நகைச்சுவை மசாஜ்தான் சார் தேவை'' என்று முடித்தான்.

இந்த பதிலால் புல்லரித்துப்போன அவர்கள் கிச்சாவிடம், ''ஆர் யூ எ ரைட்டர் லைக் ஹிம்?'' என்று என்னைக் காட்டி கேட்டார்கள். எனது நாடகங்களை ரிகர்சலுக்காக ஒன் ப்ளஸ் டூ காப்பி எடுக்கும் கிச்சா, ''நோ, நோ. ஐ அம் தி காப்பி ரைட்டர்'' என்று அவர்களிடம் கூற, எனது நாடகங்களின் பூரண உலக உரிமையை காப்பிரைட் ஆக்ட்படி வாங்கி வைத்திருக்கும் பணக்கார பப்ளிஷர்தான் கிச்சா என்று அவர்கள் தவறாகப் புரிந்துகொண்டு எம்.ஜி.எம். புரொட்யூசரைப் பார்ப்பதுபோல கிச்சாவை பிரமிப்போடு பார்த்தார்கள்.

நடுநிசி ஆகிவிட்டால் வெங்கட் எங்களை சப்வே வழியாக எதிர்சாரிக்குச் சென்று காத்திருக்கும்படி கூறிவிட்டு, தியேட்டர் பேஸ்மென்டில் பார்க் செய்த காரை எடுக்க ஓடினான்.

எனக்கும், வாசுவுக்கும், ஏ.ஆர்.எஸ்.ஸுக்கும் அந்த மயான அமைதி சற்று கிலேசமாக இருந்தது. எங்களுடன் இருந்த கிச்சா வழக்கம் போல அசட்டுத் துணிச்சலில் தன் பயத்தைப் போக்கிக் கொள்ள உரத்த குரலில், ''வேப்ப மர உச்சியில் நின்னு பேய் ஒண்ணு ஆடுதுன்னு'' என்று பாடி எங்களை மேலும் பயமுறுத்தினான். அப்போது தீபாவளி லேகியத்தால் செய்து போல

இரண்டு ஆஜானுபாகுவான கறுப்பர்கள் எங்கள் எதிரே வந்து வழிமறித் தார்கள். அமெரிக்காவில் மக்கிங் (Mugging) என்று சொல்லப்படும் வழிப்பறிக் கொள்ளையைப் பற்றி ஏற்கெனவே வெங்கட் சொன்னது என் நினைவுக்கு வந்தது. எதிராளியைக் கத்தியால் குத்திவிட்டு கையிலுள்ள டாலரைப் பிடுங்கிக் கொண்டுபோய்விடுவார்களாம். நம்மிடம் டாலர் இல்லாவிட்டால் ''ஏண்டா டாலர் இல்லாம வெளில வற்ற. வெக்கமா யில்லையாஉனக்கு'' என்று நமது கஞ்சத்தனத்தைக் கத்தியால் குத்திக்காட்டி விட்டுப் போவார்களாம்.

''கமான் மேன், கமான், க்விக், கிவ் அஸ் டாலர்ஸ்'' என்று கட்டபொம்மன் ரேஞ்ச் கத்தியைக் காட்டி அவர்கள் எங்களை அவசரப்படுத்தினார்கள். எங்களிடம் டாலர் இல்லை. நான், ஏ.ஆர்.எஸ்., வாசு மூவருமே கத்திக்குத்துக்கு ரெடியானோம். ஆனால், கிச்சா உடனே பளிச்சென்று தனது கோர்ட் சர்ட் பட்டனைகழட்டி, ''சார், நீங்களே பார்த்துக்குங்க. என்கிட்டே நாலு டாலர்தான் இருக்கு'' என்று ஆங்கிலத்தில் சொல்ல, அவர்கள் லேசாக குழம்பினார்கள். இதுதான் சாக்கென்று கிச்சா தன் கழுத்தைக் காட்டி, ''பாருங்க, இது வெங்கடாசலபதி டாலர். இது ருக்மணி தாயார் டாலர்'' என்று ஆரம்பித்தான். அவர்கள் கிச்சாவின் பேச்சைப் புரிந்துகொள்ள முடியாமல் அவஸ்தைப்பட, கிச்சா திடீரென்று முகத்தை மகா கோரமாக வைத்துக்கொண்டு பேஸ் வாய்ஸில் ''தீஸ் சார். திஸ் ஈஸ் எ பவர்ஃபுல் டாலர். காத்து, கருப்பு அண்டாம இருக்க இதை நான் போட்டிருக்கேன்'' என்று கிட்டத்தட்ட ஒரு ஹாரர் கதை கேட்கும் சுவாரஸ்யத்துக்கு அவர்களைக் கொண்டுபோனான். பிறகு, ''தீவ்ஸ் சார், திஸ் டாலர். மலபார் மேஜிக்மேன் (மலையாள மாந்திரீகர்) ஆலப்புழை அச்சப்பன் கொடுத்தது, ரொம்ப ஆபத்தான டாலர். ஈஃப் யூ டச் திஸ் டாலர். முட்டை முட்டையாயூ வில் வாமிட்'' என்றான்.

என்ன என்று புரியாவிட்டாலும் கிச்சா ஏதோ ஒரு தீயசக்தி என்று நினைத்து இருவருமே மிரண்டு போனார்கள். வேறுவழியின்றி கத்திகளை கிச்சா காலடியில் வைத்துவிட்டு பொதுமன்னிப்பு வழங்குமாறு கேட்டுவிட்டு பாதம் பிடரியில் பட ஓடினார்கள். சப்வே விட்டு வெளியே வந்த அவர்கள், அங்கு எங்களுக்காக காத்திருந்த வெங்கட்டிடம் ''டோண்ட் கோ இன்சைட் தி சப்வே. ஈவில் மேன் ஃப்ரம் இண்டியா ஈஸ் தேர்'' என்று எச்சரித்துவிட்டு ஓடியது இன்னும் வேடிக்கை!

அன்று 'செயின்ட் ஃப்ரம் இண்டியா' என்று சி.என்.என்.னில் பாராட்டப்பட்ட கிச்சா, இன்று 'ஈவில் மேன் ஃப்ரம் இண்டியா'' என்று சப்வேயில் தூற்றப் பட்டான். இப்படி வையகமே கிச்சாவை வாழ்ந்தாலும் பேசும், தாழ்ந்தாலும் பேசும் நிலையை எண்ணி எனக்கு அழுவதா சிரிப்பதா என்றே தெரியவில்லை.

★ ★ ★

எங்கள் நிகழ்ச்சி நிரலில் அடுத்த இடமான ஆர் லாண்டோவுக்கு பிளேன் பிடிக்க நியூ ஜெர்ஸியி லிருந்து நியூ யார்க் ஏர்போர்ட் சென்றோம். ஏர் போர்ட்டில் சி.என்.என். புகழ் கிச்சாவை வழி யனுப்ப மிஸ்டர் அண்ட் மிஸஸ். மெர்ஸன், ஆர்லிங்டன், பென் என்று பாதி நியூ ஜெர்ஸியே திரண்டு வந்திருந்தது. எல்லோரும் கிச்சாவுக்கு பதப்படுத்தப்பட்டு பாட்டிலில் ரொப்பிய ஆரஞ்சு, ஆப்பிள், மாம்பழ ஜூஸ் சிரப்புகளை அன்பளிப்பாகத் தந்தார்கள்.

கிச்சா எங்களை தெனாவட்டாகப் பார்த்தான்.

''என்னமோ நீங்கள்ளாம் இன்ஜினீயரிங்குக்கு, டாக்டருக்கு, வக்கீலுக்கு படிச்சுட்டதா அல்டிப்பீங் களே, இப்ப பாத்தீங்களா'' என்று சஸ்பென்ஸ் வைத்தவன், தனக்குக் கிடைத்த பழ ஜூஸ் சிரப்பு பாட்டில்களைக் காண்பித்து ''இப்ப புரிஞ்சுக் கோங்கடா, கற்றோருக்கு மட்டும் இல்லை. கல்லாத எனக்கும் சென்றவிடம் எல்லாம் சிரப்புத் தான்'' என்று சொல்லி பழமொழியில் வரும் சிறப்பை சிரப்பாக்கினான்.

சின்ன 'ர'வுக்கும் பெரிய 'ற'வுக்கும்கூட வித்தி யாசம் தெரியாத இந்த அடிமுட்டாள் அல்பி கிச்சா, தனக்கு அடிக்கும் வாழ்வை நினைத்து சின்ன 'ர'வில் பெருமைப்பட்டுக் கொள்ள, அதைப் பார்த்து நான் பெரிய 'ற'வில் பொறாமைப்பட்டேன்.

என் பொறுமையைச் சோதிப்பது போல அப்போது சி.என்.என். நிருபி எலிஸா ஓடிவந்து கிச்சாவின் கையைப் பிடித்து ஹரியானா பம்பர் லாட்டரி லெவலில் குலுக்கியபடி, ''மிஸ்டர் கிச்சா, நீங்கள் நாடகம் போட அட்லாண்டா

17

போவதாக கேள்விப்பட்டேன். தயவுசெய்து மறக்காமல் அட்லாண்டாவில் உள்ள எங்கள் சி.என்.என். ஹெட் குவார்ட்டர்ஸூக்கு நீங்கள் விஸிட் செய்யவேண்டும்'' என்று மன்றாடிவிட்டு, கிச்சாவிடம் 'சி.என்.என்.' என்று தங்க நிறத்தில் பொறிக்கப்பட்ட விசிட்டிங் பாஸை திணித்தாள்.

கிச்சா எங்களைக் காட்டி, எலிஸாவிடம், ''தோ பாருங்க மேடம், எனக்கு மட்டும் பாஸ் குடுத்தா போதுமா? அவங்களுக்கு?'' என்று கேட்க, எலிஸா, கிச்சாவிடம் ''சார், இந்த பாஸ்ல பன்னிரண்டு பேருக்கு அனுமதி உண்டு. ஆனா குழுவோட பாஸ் (தலைவர்) என்ற முறைல இந்த பாஸை உங்ககிட்ட தந்தேன்'' என்றாள்.

கிச்சா என்னை ஒரங்கட்டினான். ''மோகன் ஒண்ணு கவனிச்சியா, கனமா பெரிய 'பா' போட்டா 'பாஸ்' (Boss) அதாவது, தலைவர். சன்னமா சின்ன 'பா' போட்டா 'பாஸ்' (Pass) அதாவது, அனுமதிச் சீட்டு'' என்று காஷூவலாகக் கூறினான்.

எனக்கென்னமோ நான் சற்று முன்பு சின்ன 'ர' பெரிய 'ற' வித்தியாசம் தெரியாத முட்டாள் என்று இவனை மனசுக்குள் கேலி செய்ததற்கு பதிலடி கொடுத்ததுபோல பட்டது. ஒருவேளை நாம் மனசுக்குள் யோசிப்பதைப் புரிந்துகொள்ளும் இ.எஸ்.பி. சக்தி கிச்சாவுக்கு உண்டோ என்ற சந்தேகத்தோடு நான் அவனைப் பார்க்க, செயின்ட் கிச்சா, ''தோ பாரும்மா, எனக்கு இ.எஸ்.பி.லாம் தெரியாது.. எனக்குத் தெரிஞ்சது வி.எஸ்.பி.தான் (வெத்தலை, சீவல், புகையிலை)'' என்று எலிஸாவிடம் கூறி மறுபடியும் என் மனசுக்குள் நான் ரகசியமாக நினைத்ததற்கு பதிலடி கொடுத்தான். நான் கிச்சாவை சித்த புருஷனைப் பார்ப்பது போலப் பார்த்து, இந்த பாழாய்ப் போன கிச்சா ''புதிரா? புனிதமா?'' என்று குழம்பினேன்.

பிளேன் டேக் ஆஃப்போது ஜன்னல் வழியாகத் தெரிந்த லிபர்டி சிலையைப் பார்த்து கிச்சா கையை ஆட்ட, சினிமா கிராஃபிக்ஸில் வருவது போல பதிலுக்கு லிபர்டி சிலை தனது உள்ளங்கையை உதட்டில் வைத்து அழுத்தி எடுத்து ''குட்பை கிச்சா'' என்று சொல்லி அவனுக்கு ஃப்ளையிங் கிஸ் அளித்தது எனக்கு ஏற்பட்ட பிரமையா அல்லது நிஜமா என்பது இன்றுவரை புரியவில்லை.

என்னை வரவேற்க ஆர்லாண்டோவில் கார்லண்டுடன் காத்திருந்தார்கள் 'டாம்பா (Tampa)' தமிழ்ச் சங்கத்தைச் சேர்ந்த பெத்தாச்சி பிச்சப்பன், ரவிநாராயணன், ஷண்முகம் ஆகியோர்.

பிச்சப்பன் தான் கொண்டுவந்த மாலையை எனக்குப் போடும் சமயத்தில், அதுவரை எனக்கும் பிச்சப்பனுக்கும் நடுவே கீழே அமர்ந்தபடி காபரே டான்ஸர் உடை போல அடிக்கடி அவிழ்ந்துகொண்டேயிருக்கும் தனது ஷூ லேஸை முடிச்சுப் போட்டுக்கொண்டிருந்த கிச்சா, தடாலென்று எழுந்திருக்க, கிச்சா கழுத்தில் மாலை விழுந்தது.

பிச்சப்பன் எங்கள் குழுவைச் சேர்ந்த சீனுவின் சொந்தத் தம்பி. இதைத் தவிர, பிச்சப்பனை பால்யத்திலிருந்தே எங்கள் குழுவில் உள்ள அனைவருக்கும் தெரியும். இது எதுவும் தெரியாத கிச்சா, மாலை கிடைத்த சந்தோஷத்தில் ''ஐ அம் கிச்சா, இது மோகன், இது மாது, இது (சீனுவைக் காட்டி) யார்னு சொல்லுங்க பாக்கலாம். லாரல்-ஹார்டி, கவுண்டமணி-செந்தில் மாதிரி

மாதுவும் இவரும் டி.வி.யில, டிராமால எல்லாம் ஜோடியா வருவாங்க. ஒரு க்ளூ வேணா தரேன். இவர் பேர் 'சீ'ல ஆரம்பிச்சு 'னு'ல முடியும். நடுவுல ஒண்ணுமே வராது'' என்று கூறி, ஸ்தம்பித்து நின்ற பிச்சப்பனுக்கு அவரது சொந்த அண்ணனையே அறிமுகம் செய்துவைக்க ஆரம்பித்தான்.

பிச்சப்பனைக் காப்பாற்ற நான் பாய்ந்து கிச்சாவை மாலையோடு இழுத்து, ''கிச்சா, இவர் பேரு பிச்சப்பன். நம்ம சீனுவோட தம்பி'' என்று சொல்ல, கிச்சா, பிச்சப்பனிடம் ''ஸாரி சார், ரொம்ப ஸாரி. நீங்க சீனுவோட தம்பியா? எனக்குத் தெரியாது'' என்றவன் தொடர்ந்து, ''தம்பின்னா, உங்களுக்கு மூத்தவரா, இல்லை இளையவரா?'' என்று தனது ரீலே சொதப்பலைத் தொடர்ந்தான்.

ஒரு வருடம் கழித்துப் பார்க்கும் தம்பியுடன் பாசத்தோடு பேசவிடாமல் கழுத்தறுக்கும் கிச்சாவை சீனு நாரோடு பிடித்து ''கிச்சா, பிச்சப்பன் என் கூடப் பொறந்த தம்பி. சரியா?'' என்று சொன்னான். கிச்சா அப்படியும் விடவில்லை.

''சரியில்லை, கூடவே பொறந்தா எப்படி தம்பியாக முடியும்? 'ட்வின்ஸ்'னு சொல்லு'' என்று அடம்பிடிக்க, எங்கே இந்த விளையாட்டு தொடர்ந்தால் ஏர்போர்ட்டை மூடிவிடுவார்களோ என்ற பயத்தில் ரவிநாராயணன் ''இத்துடன் சபை கலைந்தது'' என்ற தொனியில் ''ஷல் வி கோ?'' என்று நாசுக்காக சொல்ல, நாங்கள் ஏர்போர்ட்டை விட்டு வெளியே வந்து, நாடகம் நடக்கவிருக்கும் டாம்பா என்ற ஊரை நோக்கி காரில் சென்றோம்.

'மீசை ஆனாலும் மனைவி' நாடகத்தின் கடைசிக் காட்சியில் சீனு டாக்டராக வந்து மாதுவிடம் ''கங்கிராஜு~லேஷன்ஸ் மாது, நீங்க அப்பாவாகப் போறீங்க'' என்ற டயலாக்கைச் சொல்லுவான். நடிப்பில் ஆர்வம் உள்ள பிச்சப்பனை சீனுவுக்குப் பதிலாக அந்த டாக்டர் ரோலில் வரச்சொன்னோம். மேலே சொன்ன டயலாக்கை நூறு தடவை ரிகர்சல் செய்துவிட்டு டென்ஷனோடு நாடக மேடையில் நுழைந்த பிச்சப்பனிடம், அந்தக் காட்சியில் சேட் சோபாலாலாக நின்றுகொண்டிருந்த கிச்சா ரகசியமாக, ''சீனுவுக்கு நீங்க தம்பி. ஓகே-யா?'' என்று தன்னுடைய குழப்பத்தைப் போக்கிக்கொள்ள கேட்டுவைத்தான். குழம்பிப் போன பிச்சப்பன், மாதுவிடம் ''மாது, நீங்க சீனுவுக்கு அப்பாவாகப் போறீங்க'' என்று டயலாக்கை பாவம், மாற்றிச் சொல்லிவிட்டார்.

நாடகம் முடிந்த அன்று இரவு டாம்பா தமிழ்ச் சங்கத்தைச் சேர்ந்த தப்ராஜ் வீட்டில் எங்களுக்கு டின்னர். தப்ராஜின் துணைவியார் திருமதி எட்னா பிரமாதமாக சமைத்திருந்தார். வழக்கம்போல கிச்சா திருமதி எட்னாவிடம் ''மிஸஸ் ஃப்புட்னா'' என்று ஆரம்பிக்க, ''நோ, நோ என் பேர் ஃப்புட்னா இல்லை. எட்னா'' என்று அவர் திருத்த, உடனே கிச்சா சுதாரித்துக்கொண்டு, ''தெரியும், சாப்பாடு அதாவது ஃப்புட் ரொம்ப பிரமாதமா இருந்ததால எட்னாங்கற உங்க பேரைசிலேடையாஃப்புட்னானு சொன்னேன்'' என்று கூறி சமாளித்து அவரைப் புகழ, திருமதி எட்னா கிச்சா தட்டில் சுடச்சுட அடை அவியலைப் போட, அன்று கிச்சா காட்டில் அடை அவியல் மழை.

★ ★ ★

ஆர்லேன்டோ வாசம் முடிந்து அட்லாண்டா வந்து சேர்ந்தோம். இரண்டு நாள்களுக்கு முன்பு டாம்பா பிச்சப்பனிடம் இருந்து எனக்கு ஈமெயில் வந்தது. அதில் பிச்சப்பன் எங்களைப் பற்றி போனால் போகிறது என்று ஓர் ஓரமாக விசாரித்துவிட்டு, கிச்சாவைப் புகழ்ந்து ஒரு பிரபந்தமே பாடியிருந்தார். ஈமெயிலின் இறுதியில் டாம்பா தமிழ்ச் சங்கம் சார்பாக கிரிக் கெட் தீர்க்கதரிசி கிச்சாவுக்கு 'மூதறிஞர் கிச்சாஜி' என்ற பட்டம் அளிப்பதாகக் கூறியிருந்தார்.

நடந்தது இதுதான்.

பிச்சப்பன் வீட்டில் தங்கிய இரண்டு நாள்களில், முதல் நாள் அருகில் உள்ள ஃப்ளோரிடா பீச்சுக்கு போவதாக முடிவு செய்தோம். கிரிக்கெட் அபிமானிகளான நாங்கள் பிச்சப்பன் மகன்கள் லக்ஷ்மணும் சுப்புவும் வைத்திருந்த கிரிக்கெட் பேட், பந்தை எடுத்துக் கொண்டு பீச்சுக்குப் புறப் பட்டோம்.

கோலி, கில்லிதாண்டு, பம்பரம், காத்தாடி போன்ற குடிசைத் தொழில் விளையாட்டுகளில் வெறியனான தில்லகேணி கிச்சாவுக்கு, கிரிக்கெட் சுத்தமாகத் தெரியாது. அந்த ஆத்திரத்தில் பிச்சப்பனை சாட்சியாக வைத்து ''இந்த பாழாப் போன கிரிக்கெட்டுக்கு கெட்ட பேர் வரலைன்னா 'கிச்சா'ங்கற என் பேரை 'சாச்கி'னு மாத்திக்கறேன்.. என்ன பெட்..?'' என்று அன்றே கிரிக்கெட் தனது அடுப்புக் கரி நாக்கால் சபித்தான்.

கிச்சாவின் வாய்முகூர்த்தம். ஸாரி, வாய்மெ கண்டம் இன்று பலித்துவிட்டது. இப்போது

18

கிரிக்கெட்டில் பேட்டிங்கைவிட கிச்சா சொன்ன பெட்டிங்தான் பிரபலமாக உள்ளது.

பிச்சப்பன், கிச்சாவை ஆதரவாக அணைத்து ''கிச்சா, அவங்க மெஜாரிட்டியா இருக்காங்களே, விட்டுக் கொடுத்திடுங்க. டேக் இட் ஈஸி!'' என்றார். ''டேக் இட் ஈஸியா எடுத்துக்க நான் என்ன ஊர்வசியா?'' என்று உளறியவன், தொடர்ந்து ''என்ன சார் புடலங்காய் மெஜாரிட்டி. 'கிரிக்கெட் விளையாட வரியா கிச்சா?'னு என்னைக் கேட்டாங்களா. என்னைக் கேக்காம மேட்ச் ஃபிக்ஸிங் பண்ண இவங்களுக்கு என்ன அதிகாரம் இருக்கு?'' என்று இன்று கெட்ட வார்த்தையாகக் கருதப்படும் 'மேட்ச் ஃபிக்ஸிங்' என்ற வாசகத்தை அன்றே தனது ஊத்த வாயால் உதிர்த்தான் கிச்சா.

அதுவரை ஆத்திரத்தில் இருந்த கிச்சா திடீரென்று அறிவுஜீவியாக மாறி ''மிஸ்டர் பிச்சப்பன், 'பதினோரு முட்டாள்கள் விளையாடறாங்க. அதை பதினோராயிரம் முட்டாள்கள் வேடிக்கை பார்க்கிறாங்க'னு அப்பவே இங்கிலாந்துல நசுருதீன் ஷா சொல்லிட்டார்'' என்று உளற, ''முட்டாளே, அது நசுருதீன் ஷா இல்லை. பெர்னாட்ஷா'' என்று நயம்பட உரைத்துவிட்டு நக்கலாகச் சிரித்தோம். எங்களது இந்த உசுப்பலால் உணர்ச்சி வசப்பட்ட கிச்சா, ''பெர்னாட்ஷா என்னடா பெர்னாட்ஷா. நான் இப்ப சொல்றேன் ஒரு புதுமொழி. கேட்டுக்குங்க.. பதினோராயிரம் பேரை முட்டாளாக்கறதுக் காகவே பதினோரு பேரு விளையாடறதுதான் கிரிக்கெட். இது பலிக் கலைன்னா 'சாச்சி'னு மாத்தி வெச்சுண்ட என் பேரை பழையபடி 'கிச்சா'னு பழையபடி வெச்சுக்கறேன். போறுமா'' என்று சூளுரைத்தான்.

மெஜாரிட்டி பலத்தால் ஃப்ளோரிடா பீச்சில் அன்று நாங்கள் கிரிக்கெட் விளையாடினோம். கிரிக்கெட் துவேஷிகளும் அதனால் அதற்கு மாற்றாக கண்டுபிடிக்கப்பட்ட 'பேஸ்-பால்' விசுவாசிகளுமான அமெரிக்கர்கள் பீச்சில் எங்களை தேசத் துரோகிகளைப் பார்ப்பது போல பார்த்தார்கள். பீச் ஓரத்தில் சிமெண்ட் தரையில் பிச்சப்பன் மகன்களுக்கு கிச்சா ''அலேக் நிரஞ்சன்'' என்று ஆவேசமாக கூறி ஆக்கர் குத்து விட்டு பம்பரம் விட்டுக் காட்டினான். 'அபீட்' என்று கிச்சா சொன்னதும் அந்த பம்பரம் எஜமான விஸ் வாசத்தோடு துள்ளிக் குதித்து கிச்சாவின் உள்ளங்கைக்கு தாவும் அதிசயத்தை வேடிக்கை பார்க்க பீச்சில் இருந்த பிகினிகளும் பர்முடாஸ்களும் அவனைச் சூழ்ந்துகொண்டார்கள்.

தனது பம்பரத்தால் 'பத்தாங் குத்து பாறாங்கல்' என்று சொல்லி சாக்பீசால் போட்ட வட்டத்துக்குள் இருந்த பத்து பம்பரங்களை கிச்சா சிதற அடிக்க, எந்த கலர் பம்பரம் பாதியாக உடையும், எந்த கலர் பம்பரம் வெகு தூரம் உருளும் என்றெல்லாம் தங்களுக்குள் பெட்டிங் கட்டி அந்த அமெரிக்கர்கள் கிச்சாவின் பம்பர விளையாட்டை கிரிக்கெட் ஆக்கினார்கள்.

இது போதாதென்று கிச்சா அங்கு மாசக்கணக்கில் மல்லாக்கப் படுத்தபடி சன் பாத் எடுத்துக்கொண்டிருந்த ஒரு பிரும்மாண்ட மான அமெரிக்க ஆசாமியின் வயிற்றில் 'சின்ன கவுண்டர்' ஸ்டைலில் பம்பரம் விட்டு கிச்சுகிச்சு மூட்ட, நாணத்தில் அவர் நாராசமாக ஊளையிட ஆரம்பித்தார். இதனால் குஷியான சிலர் வரிசையாக படுத்துக்கொண்டு தங்கள் வயிற்றிலும் பம்பரத்தை வார்க்கும்படி கிச்சாவிடம் வேண்டி மன்றாட, ராம பாணம் வேகத்தில் கிச்சா விட்ட பம்பரம், ஒரே வீச்சில் ஏழு வயிற்றையும் துளைத்து சுழன்றுவிட்டு பழையபடி கிச்சாவின் கைக்கே திரும்பியது.

நமது சித்திரை மாச வெயிலுக்கு ஒப்பான டாம்பா சீதோஷ்ணம் தாங் காமல் கிச்சா கழற்றிவைத்த அவனது வெள்ளை சொக்காயில் அவர்கள் பாராட்டுதலாக டாலர்களை வீசி எறிய, கிச்சா 'டாலர் மேலே, டாலர் வந்து கொட்டுகிற நேரம் இது' என்று பாடி எங்கள் வயிற்றெரிச்சலைக் கொட்டிக்கொண்டான்.

அமெரிக்கக் கும்பலின் பாராட்டால் உச்சிகுளிர்ந்து, பம்பரத்துக்கு அடுத்தபடியாக டாம்பா நாளிதழ் ஒன்றைக் கிழித்து பாணா காத்தாடி செய்து, ஒரேஇழுப்பில் டாம்பா தொலைத் தொடர்பு சாட்டிலைட்டை டீல் போடும் உசரத்துக்கு அந்தக் காத்தாடியை ஏற்றிக் காட்ட, அமெரிக்கர்கள் புல்லரித் தார்கள். ஸாரி, மணல் அரித்தார்கள்.

அடுத்து, ஐந்நூறுக்கு எழுநூறு சதுர அளவில் போர்டிகோ, பால்கனி, பெட்ரூம் வித் அட்டாச்டு பாத்ரூமோடு கிச்சா பீச் மணலில் ஒரு வீட்டை அதுவும் வாஸ்து சாஸ்திரப் பிரகாரம் கட்டி அவர்களை மெய்சிலிர்க்க வைத்தான். கிச்சா கட்டிய அந்த மணல் வீடு இன்னும் கலையாமல் இருப்ப தாகவும், அதில் ஓரிரு அமெரிக்கர்கள் குடியிருப்பதாகவும், கிச்சாகடைசியாக விட்ட பம்பரம் இன்னும் அணையா தீபமாக சுழன்றுகொண்டு இருப்ப தாகவும் பிச்சப்பன் எனக்கு அடித்த ஈமெயில் பின்குறிப்பில் குறிப் பிட்டிருந்தார்.

சன் பாத் எடுத்துக்கொண்டிருக்கும் பெண்களிடம் கிச்சா தயிரின் மகத்து வத்தைக் கூறி தயிரைப் பூசிக்கொண்டு பீச் மணலில் படுத்தால் சருமத்தில் மெருகு ஏறும் என்று ரீல் விட, அந்த மடமாதர்களும் இதை நம்பி கிச்சாவுக்கு டாலர் டிப்ஸ் அளித்து விட்டு யோகர்ட்டை (Yogart) பூசிக்கொண்டு கர்டு பாத் (Curd Bath) எடுக்க ஆரம்பித்தார்கள். இப்படியாக கிச்சாவின் அதிர்ஷ்ட அலை ஃப்ளோரிடா பீச்சிலும் வீசி வீசி அடித்தது.

இரண்டாம் நாள் ஃப்ளோரிடாவில் உள்ள வால்ட் டிஸ்னி லேண்டை பார்க்கப் போனோம். அங்கு வால்ட் டிஸ்னி வம்சத்தினரின் இடது கையாக இருக்கும் நம் தமிழ்நாட்டைச் சேர்ந்த சோலையப்பன் (வலது கை இன்னமும் விடாமல் சுட்டிகளின் சந்தோஷத்துக்காக மிக்கி மவுஸ், டொனால்ட் டக்குகளை அலுக்காமல் உருவாக்கிக்கொண்டிருக்கிறது) எங்களுக்கு டிஸ்னி லேண்டை சுற்றிக்காட்டியதோடு சுவைபட விளக்கவும் செய்தார்.

''மிஸ் இனிது, அவள் கிஸ் இனிது என்பர் - வால்ட் டிஸ்னி லேண்ட் காணாதவர்' என்று நாங்கள் கோரஸாக குரல் கொடுத்துப் பாடும் அளவுக்கு டிஸ்னி லேண்ட் சூப்பராக இருந்தது. குழந்தைகளுக்கான டிஸ்னி லேண்டில் கிழக் குழந்தையான கிச்சா துள்ளி விளையாடினான்.

19

இந்த மில்லினியத்தில் சிவபெருமான் மீண்டும் ஒரு தபா திருவிளையாடல், அதுவும் அமெரிக் காவில் நிகழ்த்தும் பட்சத்தில், பாஸ்போர்ட் விசா இல்லாமலேயே திரிலோக சஞ்சாரம் செய்யும் நாரதரைப் பார்த்து ''நாரதா, என் குழந்தைகள் பிள்ளையார், முருகன் இவ்விருவரில் யார் முதலில் வால்ட் டிஸ்னி லேண்டை முழுவதும் சுற்றிப் பார்த்துவிட்டு வருகிறார்களோ அவருக் குத்தான் நீ கொண்டு வந்த ஞானப்பழத்தைக் கொடுக்க வேண்டும்'' என்று பகர்ந்திருந்தார்.

ஆனால் ஒன்று, இந்தப் போட்டியிலும் பழையபடி பிள்ளையார்தான் கெலித்திருப்பார். காரணம். வேழ முகத்தோனிடம்தானே வால்ட் டிஸ்னியின் மிக்கி மவுஸ் வாகனமாக வேலை பார்க்கிறது. இந்த ஞானப்பழ விளையாட்டில் 'டக்' அடித்து விட்டோமே என்ற கோவத்தில் கொந்தளிக்கும் கந்தனுக்கு டொனால்டு டக்கைக் காட்டி குஷிப்படுத்திவிட்டு, கே.பி.சுந்த ராம்பாள் அலையஸ் அவ்வையார், 'பெரியது கேட்கும் தனி நெடுவேலோய். பெரிது பெரித, வால்ட் டிஸ்னிலேண்ட் பெரிது. அதனினும் பெரிது வால்ட் டிஸ்னியின் மனது' என்று டிஸ்னி புகழ் பாடியிருப்பார். அந்த அளவுக்குப் பெரிய தாயிருக்கிறது வால்ட் டிஸ்னி லேண்ட்.

டிஸ்னி லேண்டில் வேலைபார்க்கும் சோலை யப்பன், அதைச் சுற்றிக்காட்ட எங்களை அழைத்துச்சென்றார். டிஸ்னி லேண்டில் வேலை பார்க்கும் ஊழியர்களை உறவினர்களாகப் பாவிக்க வேண்டும் என்று கிட்டத்தட்ட தன் உயிலிலேயே எழுதிவைத்துவிட்டுப் போன வால்ட் டிஸ்னியை, சோலையப்பன் தான்

வணங்கும் பழமுதிர் சோலையப்பனாகப் பாவித்து தான் பார்க்கமுடியாமல் போன அந்த 'ரகசிய சிநேகிதனை'ப் பற்றி காதலாகிக் கசிந்துருகினார்.

குழந்தைகளுக்காக ஒரு கோகுலம் கட்டவேண்டும் என்ற ஆர்வத்தோடு வால்ட் டிஸ்னி மும்முரமாகத் திட்டம் தீட்டிக் கொண்டிருந்த நேரத்தில், முந்திரிக்கொட்டை போல ஒரு ஃபைனான்ஸ் அட்வைஸர், ''சார், உங்கள் திட்டத்தை செயலாக்க இத்தனை மில்லியன் டாலர்கள் செலவாகும்'' என்று கடமையாக கணக்கு காட்டி டிஸ்னியைப் புரிந்து கொள்ளாமல் தப்புக்கணக்கு

போட்டுவிட்டாராம். வந்தகோபத்தில் வால்ட் டிஸ்னி ஆயிரம் வோல்ட் டிஸ்னியாக மாறி ''என்ன ஓய், அல்பமாட்டம் பேசறீர். நான் பாலர் உலகம் பத்தி பேசறப்போனீர் டாலர் கலகம் பண்றீரே'' என்று பொரிந்து தள்ள, ஃபை னான்ஸ் அட்வைஸருக்கு பயத்தில் சப்தநாடியும் அடங்கிவிட்டாதாம்.

சாதாரண மவுசுக்கு (எலிக்கு) சர்வதேச லெவலில் மவுசு அளித்து, இன்று நாம் காஷுவலாகப் பேசும் கிராஃபிக்ஸ், அனிமேஷன் போன்ற உத்திகளுக்குப் பிள்ளையார் சுழிபோட்ட வால்ட் டிஸ்னியை வணங்கி அந்த சிசுக்களின் சரணாலயத்தில் நுழைந்தோம்.

ஆகாசத்துக்கும் பூமிக்கும் சுழலும் ஜெயண்ட் வீலில் நான் 'வீல் வீல்' என்று பயத்தில் கத்தியபடி உட்கார்ந்திருந்தேன். என் பக்கத்தில் உட்கார்ந்திருந்த ஏ.ஆர்.எஸ். கூடுதல் பயத்தில் 'வீல் வீல் வீல்' என்று கத்திக்கொண்டிருந்தான். திருவல்லிக்கேணியில் தன் வீட்டு ஊஞ்சலில் ஏறி, ரோட்டை க்ராஸ் செய்து எதிர்வீட்டுத் திண்ணையில் வம்பளக்கும் எச்சுமிப் பாட்டியோடு பேசிவிட்டுத் திரும்பி வரும் அளவுக்கு அசுரத்தனமாக ஆடிப் பழக்கமுள்ள கிச்சா, பஞ்சுமிட்டாயைச் சப்பிச் சாப்பிட்டபடி சகஜமாக இருந்தான்.

சுழலும் ஜெயண்ட் வீலில் உச்சியில் இருந்த கிச்சா, கீழே இருந்த எங்களிடம் ''டேய், இங்கேந்து கீழே பாத்தா பார்த்தசாரதி பெருமாள் கோயில் கோபுரம் தெரியறதுடா'' என்றான். அதுவரை பயத்தில் ஜெயண்ட் வீலை விட்டே கீழே இறங்க இருந்த நானும் ஏ.ஆர்.எஸ்.ஸு}ம், கோயில் கோபுரம் தெரிவதாக கிச்சா சொல்வது நிஜம்தானா அல்லது பாரதி தன் பாட்டில் சொன்ன 'காட்சிப் பிழை'யா என்பதைத் தெரிந்துகொள்ள அச்சம் தவிர்த்து அடுத்த ரவுண்ட் போனோம்.

சுழலும் சக்கரத்தின் உச்சியில் இருந்த நாங்கள் பைனாகுலரில் கீழே பார்த்த போது கிச்சா சொன்னது போல திருவல்லிக்கேணி பார்த்தசாரதி பெருமாள் கோயில் கோபுரம் சின்னதாக அவுட் ஆஃப் ஃபோகஸில் தெரிந்து மறைந்தது. அடுத்த சுற்றில் 'ஐஸ் ஹவுஸ்' தெரிந்தது. ஆச்சரியத்தில் நாங்கள் அச்சத்தை மறந்து தொடர்ந்து சுற்ற, செப்பாக் கிரிக்கெட் மைதானம், உழைப்பாளர் சிலை, மெரீனா பீச் என்று ஒவ்வொரு சுற்றுக்கும் ஒவ்வொன்றாகத் தெரிய ஆரம்பித்து, இறுதிச் சுற்றில் என் தலை சுற்றுவது போல் நானும் கிச்சாவும் சேர்ந்து அண்ணா சமாதிக்கு அருகில் இருப்பது தெரிந்தது.

பிறகுதான் தெரிந்தது கிச்சாவின் சில்மிஷம். நாங்கள் உச்சியிலிருந்து பைனாகுலரில் பார்க்கும்போது கீழே இருந்த தடிராஸ்கல் கிச்சா தன்னிட மிருந்த திருவல்லிக்கேணி போட்டோ ஆல்பத்தை ஒவ்வொரு பக்கமாகப் புரட்டி எங்களுக்கு ஒரு இல்லூஷனை உண்டாக்கி ஏமாற்றியிருக்கிறான்.

டிஸ்னி லேண்டைச் சேர்ந்த 'எப்காட்' என்ற தீம் பார்க்கில் ஹாலிவுட் இயக்குநர் ஸ்டீவன் ஸ்பீல்பெர்க்கின் பிரும்மாண்ட தயாரிப்பான 'இண்டியானா ஜோன்ஸ்' படத்தில் வந்த அட்டகாசமான ஸ்டண்ட் காட்சிகளை அதே செட்டைப் போட்டு மீண்டும் ஒரு தடவை நமக்காக

நடித்துக் காட்டினார்கள். கதாநாயகன் ஹாரிஸன் ஃபோர்டுக்கு டூப்பாக நடித்த ஸ்டண்ட் ஆசாமி கதைப்படி புதையலை எடுக்க ப்ளைவுட் செட் மலையில் ஏறும்போது அங்கிருந்த ஆக்டிங் டைரக்டர் ''ஸ்டார்ட்'' என்றதும், பூமி பிளத்தல், எரிமலை ஜ்வாலை கக்குதல், ஹீரோவை நோக்கி மகாபலிபுரம் பீமன் பாறை சைஸில் இருக்கும் ஒரு பிரும்மாண்டமான கல் உருண்டோடி வருதல் போன்ற, நாம் திரையில் பார்த்த நிழல்களை நிஜமாக்கிக் காட்டினார்கள்.

''நடிப்பதற்கு விருப்பம் உள்ளவர்கள் கையைத் தூக்கலாம்'' என்று அந்த ஆக்டிங் டைரக்டர் ஆடியன்ஸைப் பார்த்துக் கேட்டபோது, சொறிந்து கொள்ள கையைத் தூக்கி பொடுகுத் தலையன் கிச்சாவை அலேக்காகத் தூக்கிக்கொண்டு போய் அவனுக்கு அரேபிய ஷேக் காஸ்ட்யூம் போட்டு விட்டார்கள்.

அவர்கள் சொல்லிக்கொடுத்த ஆங்கில டயலாக்கை தமிழில்கூட திருப்பிச் சொல்ல முடியாமல் திணறியபடி ஷேக்கு வேஷத்தில் பேக்கு போல முழித்துக்கொண்டிருந்த கிச்சா, ஆடியன்ஸ் எதிரில் ஏற்பட்ட அவமானத்தால் ஆவேசமானான்.

தன்னை டயலாக் சொல்லும்படி பலாத்காரப்படுத்திய அந்த ஆக்டிங் டைரக்டரின் சொக்காயைக் கொத்தாகப் பிடித்த கிச்சா, ''வரி, வட்டி, கிஸ்தி, டயலாக். ம். யாரைப் பார்த்துக் கேட்கிறாய் டயலாக். எவனைப் பார்த்துக் கேட்கிறாய் டயலாக். நீ என்ன எங்களுடன் ரிகர்சலுக்கு வந்தாயா..? டயலாக் டப்பா அடித்தாயா? இல்லை அங்கு தட்டுத் தடுமாறும் எம் குழு நடிகர் களுக்கு ப்ராம்ப்ட் செய்தாயா? அல்லது நீ என்ன மாதுவா? இல்லை சீனுவா? மானங்கெட்டவனே. இதை என் பாட்டி எச்சுமி கேட்டிருக்க வேண்டும். உன் செம்பட்டை தலை தூசு தும்பட்டையாகியிருக்கும்'' என்று கட்டபொம்மன் டயலாக்கை கிச்சுவேஷனுக்கு ஏற்ப மாற்றி கர்ஜிக்க, அரங்கத்தில் மயான அமைதி நிலவியது.

'இண்டியானா ஜோன்ஸ்' ஸ்டண்ட் ஆசாமிகள் கிச்சாவைப் பந்தாடப் போகிறார்கள் என்ற பயத்தில் சந்தோஷமாக நான் பார்த்துக்கொண்டிருக்கும் போது, அந்த ஆக்டிங் டைரக்டர் லேசாக கைதட்ட ஆரம்பிக்க, அந்த கைதட்டல் காட்டுத்தீ போல வேகமாகப் பரவ, ஆடியன்ஸ்ும் சேர்ந்து கொண்டு கிச்சாவின் உணர்ச்சிபூர்மான நடிப்புக்குப் பாராட்டாக கும்மியடித்து கைதட்டினார்கள். அப்போது அந்தக் காட்சியில் கதாநாயகியாக நடித்த 'ஸாரா' என்ற உபநடிகை கிச்சாவின் கன்னத்தில் தாசில்தார் முத்திரை வேகத்தில் 'கிஸ்' கொடுக்க, கிச்சா கற்பிழந்த கதாநாயகி போல கூசிக் குறுகினான்.

'இண்டியானா ஜோன்ஸ்' படத்தின் ஹீரோ ஹாரிஸன் ஃபோர்டுக்கு பதிலாக கிச்சா நடித்திருந்தால் நிச்சயம் ஆஸ்கர் கிடைத்திருக்கக் கூடும் என்று அந்த ஆக்டிங் டைரக்டர் ஆடியன்ஸைப் பார்த்து பப்ளிக்காக கிச்சாவை ரிச்சாகப் பாராட்டிப்பேசினார்.

இதற்கெல்லாம் முத்தாய்ப்பாக ஸ்டீவன் ஸ்பீல்பெர்க்கிடம் கிச்சாவை சிபாரிசு செய்வதாகக் கூறிய அந்த ஆக்ட்டிங் டைரக்டர், தன்னுடைய விசிட்டிங் கார்டை கொடுத்தார்.

அந்த விசிட்டிங் கார்டை சுருட்டி குறுகுறுக்கும் தன் காதைக் குடைந்தபடி எங்களுடன் டிஸ்னி லேண்டை சுற்றிப் பார்த்தான் கிச்சா.

அடுத்ததா, சோலையப்பன் அழைத்துப் போன ஓர் இடத்தில், மேடையில் பத்து கத்திகள், ஐந்தாறு பந்துகள், நான்கு தொப்பிகள் இப்படி பல அயிட்டங் களை ஒரே சமயத்தில் தொடர்ச்சியாகக் கீழே விழாமல், கை தவறாமல் தூக்கிப் போட்டு பிடித்துக் காட்டி கின்னஸ் சாதனை படைத்துக் கொண்டிருந் தான், ஒரு மெக்ஸிகன்.

'இண்டியானா ஜோன்ஸ்' தெனாவட்டில் இருந்த கிச்சா, சோலையப்பனிடம், ''இதெல்லாம் என்ன சார் புடலங்காய் கின்னஸ் சாதனை. நான் அஞ்சு வயசு வரை செஞ்ச சின்ன வயசு சாதனைகளை சொல்ல ஆரம்பிச்சா கின்னஸ் மாதிரி 'சின்னஸ்'னு ஒரு புக் போட வேண்டியிருக்கும்'' என்று கூறியவன், தனது பாலகாண்ட பிரதாபங்களைப் பட்டியலிட்டான்.

தவழ்தல், தத்தித் தத்தி நடத்தல் போன்ற தேவையில்லாத சமாசாரங்களை ஓரங்கட்டிவிட்டு ஒரேடியடியாக ஏழாவது மாதத்திலேயே உத்தரத்தில் கட்டிய தூளியிலிருந்து எழுந்து அதைப் பிடித்தபடி 'டார்ஜான்' கணக்கில் ஆடி, மேஜைக்குத் தாவி நாற்காலி வழியாக தரைக்குக் குதித்து சமையல் ரூமுக்குப் போய் ''பாட்டி, பால் ரெடியா?'' என்று கேட்டதாகக் கூற, பதிலுக்கு சோலையப்பன், ''சும்மா கதை வுடாதப்பா.. அந்த ஆள் மாதிரி செய்யமுடியுமா?'' என்று சவால் விட்டார்.

ரோஷமோ ரோஷமான கிச்சா சவாலை ஏற்று மேடையில் கையில் கத்தியோடு இருந்த அந்த மெக்ஸிகனை நோக்கித் தாவினான்.

டிஸ்னி லேண்டில் மேடையில் கத்தியைத் தூக்கிப் போட்டு வித்தை செய்து கின்னஸ் சாதனை செய்துகொண்டிருந்த மெக்ஸிகனை நோக்கித் தாவிய கிச்சாவைப் பார்த்து நாங்கள் திகைத்து நின்றோம். அந்த மெக்ஸிகன் அடுத்த சாதனையாக ஒரே சமயத்தில் பத்து பேர் கத்தியால் தாக்க, அதை ஒரே கத்தியால் தடுத்து சண்டை போட ஆரம்பித்தான்.

அந்த சமயத்தில் கிச்சா, மெக்ஸிகன் வீரனிடம், ''கத்தி சண்டை போடறியே, உன்னால் கத்தி இல்லாத கத்தி சண்டை போடமுடியுமா?'' என்று சவால்விட, அதை சோலையப்பன் மொழி பெயர்த்துச்சொல்ல, அந்த மெக்ஸிகன் பேய்முழி முழித்தான்.

அமெரிக்காவில் இருந்து திருவல்லிக் கேணிக்கே கேட்கும் அளவுக்கு தொண்டை கிழிய மெட்ராஸ் பாஷையில் உரக்கக் கத்தி, சண்டை போட்ட கிச்சாவின் 'கத்தி - உரக்க கத்தி' சிலேடையைப் புரிந்துகொள்ள முடியா மல் முழித்த மெக்ஸிகனிடம் ''முட்டாள், ஆங்கிலத்துல Sword-னா கத்தி. அதுல வற்ற S-ஐ எடுத்துட்டா Word. அதாவது வார்த்தை, வார்த்தையால உரக்கப் பேசி சண்டை போட்டா அதான் கத்தி சண்டை'' என்று கோவையாக உளறினான்.

கிச்சாவின் பன்மொழிப் புலமையை சோலை யப்பன் அந்த மெக்ஸிகனுக்கு மொழிபெயர்க்க, சிலிர்த்துப்போன அவன், கிச்சாவுக்குத் தன் வாளை பரிசாக அளித்து 'மெக்ஸிகன் கொண் டான்' என்ற பட்டத்தையும் அளித்தான்.

20

குஷியாகிப்போன கிச்சா, அந்த மெக்ஸிகன் அதுவரை கத்தி, தொப்பி, பந்துகளைப் போட்டு செய்த சாகஸங்களை ரசித்துக்கொண்டிருந்த ஆடியன்ஸுக்கு, தனக்குத் தெரிந்த அல்ப சாதனைகளைச் செய்துகாட்டி அவர்களை அசர வைத்தான்.

முதலாவதாக வெத்தலை சீவல் புகையிலை போட்டு, டெண்டுல்கரின் சிக்ஸர் உசரத்துக்கு வானளாவ துப்பி அது கீழே விழுவதற்குள் வாயால் கேட்ச்

பிடித்து, முதல் ரோவில் கைதட்டிய அமெரிக்கர் ஒருவரின் நெற்றியை நோக்கி ஃப்ளையிங் கிஸ் கொடுத்தான். துளியுண்டு வி.எஸ்.பி. சாறு அங்கு போய் அவர் நெற்றியில் குங்குமப் பொட்டாக அமர்ந்தது. நாங்கள் டிஸ்னி லேண்டை விட்டு வரும்வரை அந்த அமெரிக்கர், கிச்சா அளித்த பன்னீர்ப் புகையிலை குங்குமப் பொட்டை என்னமோ கோயில் குங்குமப் பிரசாதம் போல அழியாமல் பாதுகாத்தார்.

பிறகு, பிச்சப்பனின் மனைவி எங்களுக்குக் கொடுத்த தோசைகளை ஆடியன்ஸுக்கு காட்டினான் கிச்சா. ''திஸ் ஈஸ் சவுத் இண்டியன் ஆம்லெட் வித் அவுட் எக்'' என்று கூறிவிட்டு, மெக்ஸிகன் கத்தி, தொப்பி வீசியது போல, அங்கு போட்ட மியூஸிக்குக்கு ஏற்ப அந்த ஐம்பது தோசைகளை வீசினான். அதே சமயத்தில் கொஞ்சம் கொஞ்சமாக தோசைகளை கபளீகரம் செய்தும் கைதட்டல் வாங்கினான்.

அடுத்த அயிட்டமாக பையிலிருந்து வேட்டியை எடுத்துக் கட்டிக் கொண்ட கிச்சா, அதைவிடாமல் மடித்து டப்பா கட்டு கட்டி, அவிழ்த்து - மறுபடி மடித்துக் கட்டி என்று ஒரு மணி நேரம் தொடர்ச்சியாக செய்துகாட்டினான்.

கிச்சாவின் வேட்டி லூட்டியை கண் இமைக்காமல் ஒரு மணி நேரம் ரசித்த ஆடியன்ஸ், களைப்பில் ஒரு கணம் கண்ணை மூட, அதற்குள் கிச்சா அந்த பத்தாறு வேட்டியை ஜீன்ஸ் போல இரண்டு காலையும் ஒட்டிய பஞ்சகச்ச மாக மாற்றி கட்டிக் கொண்டான். இடுப்புக்குக் கீழே முட்டிவரை சொக்காய் தொங்கி மறைத்ததால் 'வேட்டி எப்படி வெள்ளை பேண்டாக மாறியது..?' என்று எக்கச்சக்க ஆச்சரியத்தில் கிச்சாவின் பஞ்சகச்சத்தைப் பார்த்து அவர்கள் பேந்தப் பேந்த முழித்தார்கள்.

கிச்சாவின் வேண்டுகோளுக்கு இணங்க பாத்ரூம் வாசலில் கூடிய ஆடியன்ஸுக்கு, தான் போட்டுக்கொண்டிருந்த சொக்காய், பனியன், பேண்ட் துளிகூட நனையாமல் அங்கிருந்த ஷவரில் தலைக்கு மட்டும் குளித்துக் காண்பித்து அவர்களை ஆனந்தத்தில் நனைய வைத்தான்.

அடுத்து, கால்பிடிப்பு பிய்ந்துபோன சிங்கப்பூர் செருப்பை போட்டுக் கொண்டு செருப்பு நழுவாமல் அதிவேகமாக நடந்து காட்டி கலக்கினான்.

இதற்கெல்லாம் முத்தாய்ப்பாக அந்த மேடையில் பத்மாசனத்தில் அமர்ந்து பிராணாயாமம் செய்ய ஆரம்பித்த கிச்சாவின் நாசித் துவாரங்கள் நயாகரா சைஸுக்கு விரிந்து நார்மல் சைஸுக்கு சுருங்குவதை வியப்போடு பார்த்த அவர்கள், தங்களையும் அறியாமல் மூக்கின் மேல் விரல் வைத்து பிராணாயாம போஸ் கொடுத்தார்கள்.

பத்மாசனத்தைத் தொடர்ந்து வஜ்ராசனம், ஹாலாசனம், சுஹாசனம், கமலஹாசனம், சாருஹாசனம், சந்திரஹாசனம் என்று தனக்குத் தெரிந்த ஆசனங்களையெல்லாம் கிச்சா செய்துகாட்ட, அந்த அப்பாவி அமெரிக்க ஆடியன்ஸ் சின்ன பசங்களைப் போல ஜோராகக் கைதட்டி விசிலடிக்க ஆரம்பித்தார்கள். விசில் சத்தத்தால் விறுவிறுப்பான கிச்சா, உடம்பை

ஒரேயடியாக வளைத்து, உள்ளங்காலை உள்நாக்கால் தொடும் உச்சகட்ட எச்சபாதனாசத்தைச் செய்துகாட்டிவிட்டு, அதே போஸில் இருந்தபடி காஷூவலாக கால்விரலை ஆலிலை கண்ணன் போல வாயில் வைத்து பிகிலடித்துக் காட்டி அவர்களைப் பிரமிக்க வைத்தான்.

வலது கையில் மீதி இருந்த ஒரு தோசையைப் பிடித்தபடி இடது கையால் இல்லாத மீசையை முறுக்கியபடி போஸ் கொடுத்த கிச்சாவை டிஸ்னியின் ஆஸ்தான ஓவியர் கான்வாஸில் வரைந்தார்.

சமீபத்தில் சோலையப்பனிடம் இருந்து வந்த ஈமெயிலில் டிஸ்னி லேண்டில் மிக்கி மவுஸ், டொனால்டு டக் சிலைகளுக்கு அருகே சரிசமமாக கிச்சாவுக்கு சிலை வைத்து அதன் கீழே 'மச்சி கிச்சா ஃப்ரம் மெட்ராஸ்..'' என்று பொறித் திருப்பதாக எழுதியிருந்தார்.

டிஸ்னி லேண்டை சுற்றிப்பார்த்துவிட்டு அங்கிருந்து ரெஸ்டாரண்டில் சாப்பிடும்போது ஒரு வித்தியாசமான காட்சியைப் பார்த்தோம். தான் கேட்ட எதையோ வாங்கித் தராத அமெரிக்க அப்பாவிடம் கோபித்துக்கொண்டு ஒரு துஷ்ட ரெட்டைவால் ரெங்குடு, தன் கையில் கிடைத்த தட்டு, டம்ளர், கோகோ கோலா பாட்டில்களை பேட்டை ரவுடிபோல விசிறியடித்துவிட்டு, நாராசமாக அலறியபடி தரையில் புரண்டு கொண்டிருந்தான்.

குழந்தை அடம்பிடிப்பதில் என்ன பெரிய புடலங்காய் வித்தியாசமான காட்சி என்று நீங்கள் கேட்கலாம். வித்தியாசம் குழந்தையிடம் இல்லை. அந்தக் குழந்தையின் அமெரிக்க தோப்பனார், என்னவோ கைகேயியிடம் வரம் கொடுத்து மாட்டிக்கொண்ட தசரதர் கணக்கில் பரிதாபமாக, ''ப்ளீஸ், சமத்தா இருடா கண்ணா'' என்று அவன் காலில் விழாத குறையாக கெஞ்சி கூத்தாடிக்கொண்டிருந்தார்.

நான் சோலையப்பனிடம், ''என்ன சார் இது. இவன்லாம் ஒரு அப்பனா? அழுது ஆகாத்தியம் பண்ற குழந்தை காதைப் புடிச்சுத் திருகிக் கன்னத்துல நல்லா அறையறதை விட்டுட்டு, மடையனாட்டம் கெஞ்சிண்டிருக்கானே'' என்று கேட்க, சோலையப்பன் ''தாராளமா அடிக்கலாம். ஆனா அடிச்ச விஷயத்தை குழந்தையோ, இல்லை வேற யாராவதோ போலீஸுக்கு போட்டுக் குடுத்துட்டா. அப்புறம் அடிச்ச அப்பா ஜெயில்ல குழந்தை மாதிரி ஒன், டூ, த்ரீன்னு சொல்லிண்டே கம்பி எண்ணணும்..'' என்றார்.

பத்து மாதம் சுமந்து பெத்த குழந்தையாக இருந்தாலும், அதை அடிக்கும் உரிமை அமெரிக்காவில் பெற்றோர்களுக்குக் கிடையாதாம். அமெரிக்காவில் அந்த அளவுக்கு அரசாங்கமே குழந்தைகளுக்கு செல்லம் கொடுக்கிறது. இதைச் சொன்ன சோலையப்பன், கூடவே ஒரு வேடிக்கையான நிகழ்ச்சியையும் சொன்னார்.

அமெரிக்காவில் பிறந்து வளர்ந்த ஒரு தமிழ்க் குழந்தை விஷமம் செய்ததாம். பொறுத்துப் பொறுத்து அலுத்துப்போன அந்தக் குழந்தையின் தந்தை அதன் கன்னத்தில் லேசாக, அதுவும் செல்லமாகத் தட்டிவிட்டாராம். உடனே அந்தப்

பயல் போன் செய்து போலீஸை வரவழைத்து அப்பாவைப் பற்றி மழலையில் எஃப்.ஐ.ஆர். ரேஞ்சில் கம்ப்ளெயிண்ட் கொடுக்க, அதனால் அப்பாவுக்கு டாலரில் அபராதமும் ஒரு நாள் ஜெயில் வாசமும் கிடைத்ததாம்.

ஜெயிலிலிருந்து ரிலீஸான அப்பா, முதல் காரியமாக இந்தியாவுக்கு இரண்டு டிக்கெட் எடுத்து, குழந்தையோடு சென்னை வந்தாராம். கஸ்டம்ஸ் தாண்டி வந்த கையோடு, லக்கேஜைகூட கலெக்ட் செய்துகொள்ளாமல், தன் மகனை ஆசைதீர சாத்து சாத்தென்று சாத்திவிட்டு, ''அங்க போலீஸுக்கு ரிப்போர்ட் பண்ணியே. இப்ப என்னடா பண்ணுவ. இது இந்தியா. என் இஷ்டப்படி உன்னை அடிப்பேன், கிள்ளுவேன், கீறுவேன், பிறாண்டுவேன்'' என்று கத்திவிட்டு, ஆத்திரம் தணிந்ததும் அடுத்த ஃப்ளைட் பிடித்து குழந்தை யோடு அமெரிக்கா போனாராம்!

இந்த விஷயத்தை சோலையப்பன் எங்களுக்குச் சொல்லி முடித்த பின்னும் வெகுநேரத்துக்கு டிஸ்னி லேண்ட் ரெஸ்டாரண்டில் தன் தந்தை எவ்வளவோ கெஞ்சிக் கேட்டும் அந்த அமெரிக்கக் குழந்தை விடாமல் அழுதுபுரண்டு அமர்க்களம் செய்து கொண்டு இருந்தது. அப்போது அதை வேடிக்கை பார்க்க அங்கே வந்த கிச்சாவைப் பார்த்ததும், குழந்தை சட்டென்று அழுகையை நிறுத்திக்கொண்டது. அமெரிக்க அப்பா ஆச்சரியமாக கிச்சாவைப் பார்க்க, ''அப்பா, பூச்சாண்டி'' என்று தன்னை மறந்து தமிழில் சொல்லிவிட்டு அவரை இழுத்துக்கொண்டு தலைதெறிக்க அந்த இடத்தை விட்டே ஓடியது குழந்தை!

ஆர்லாண்டோவிலிருந்து அட்லாண்டாவுக்கு விமானத்தில் வந்த நாங்கள், அங்கிருந்து உடனே புறப்பட்டு அடுத்ததாக நாடகம் போடப் போகும் நார்த் கரோலினா மாகாணத்தைச் சேர்ந்த ரேலே (Raliegh) என்ற இடத்துக்கு க்ரேஹவுண்ட் பஸ்ஸில் பயணமானோம்.

பஸ்ஸை ஓட்டிக்கொண்டிருந்த டிரைவர், திடீரென்று ஒரு காட்டுப் பகுதியில் பஸ்ஸை நிறுத்திவிட்டு பஸ்ஸை விட்டு இறங்கி அவசர மாகப் போனார். 'புதரான இடத்தை நோக்கிப் போகிறாரே. ஒரு வேளை ஓட்டுநருக்கு வயிறு 'பர்கர்' சாப்பிட்டு 'கர்பர்' ஆகிவிட்டதோ?' என்று விசனத்தோடு நாங்கள் பார்த்தபோது, அந்தப் புதரிலிருந்து வெளியே வந்த ஓர் ஆமை, க்ரேஹவுண்ட் பஸ் மாதிரியே நிதானத்தோடு ரோட்டை கிராஸ் செய்ய ஆரம்பித்தது. அந்த ஆமைக்கு அனுசரணையாக பஸ் டிரைவர் அதன் கூடவே ரோட்டில் தவழ்ந்துசென்று அது பத்திரமாக எதிர்ப்பக்கப் புதருக்குள் நுழையும் வரை அதனோடு துணைக்கு பாதுகாப்பாகச் சென்றார்.

ஆமைக்கு ஒத்தாசை செய்த அந்த ஓட்டுநரைப் பார்த்தபோது எனக்கு முல்லைக்குத் தேர் கொடுத்த பாரி வள்ளல்தான் நினைவுக்கு வந்தார். பஸ் டிரைவரின் ஜீவகாருண்யத்தைப் பாராட்டி விட்டு அவர் பெயரைக் கேட்டபோது சிறுகதை முடிவில் வரும் 'பன்ச்' போல, ''மை நேம் ஈஸ் பாரி'' என்றார்.

அப்போது நம்ம ஊர் ஹைவேயில் அராஜகமாக அடித்துப் போட்ட பிராணி போல பஸ்ஸில் தூங்கிக் கொண்டிருந்த கிச்சா, அரைகுறையாக

விழித்துக் கொண்டு, ரோட்டை கிராஸ் செய்யும் அந்தப் பிரும்மாண்டமான ஆமையைப் பார்தான்.

பஸ் டிரைவரிடம் கிச்சா, ''அது என்ன?'' என்று கேட்க, டிரைவர், ''டார்டாய்ஸ்'' என்று கூறினார். உடனே கிச்சாவுக்கு டார்டாய்ஸ் கொசுவத்தி ஞாபகத்துக்கு வந்துவிட்டது. ''என்ன கண்றாவிடா இது. அமெரிக்காவுல கொசுகூட பறக்கமுடியாத அளவுக்கு இவ்வளவு பெரிசாவா இருக்கும்'' என்று கூற, நான் ஆமைக்கு ஆங்கிலத்தில் டார்டாய்ஸ் என்று கூறி விளங்க வைத்தேன்.

உடனே கிச்சா தன் ஹேண்ட்பேக்கை திறந்து அதிலிருந்து நாமகட்டி, ஸ்ரீசூர்ணம் முதலியவற்றை எடுத்து கோயில் மதிலில் வரைந்திருக்கும் சைஸு க்கு பக்திசிரத்தையாக நெற்றியில் நாமம் இட்டுக்கொண்டு ''கூர்மாவதாரஸ்ய'' என்று ஆரம்பித்து, சுலோகம் சொல்லிக்கொண்டே பஸ்ஸை விட்டிறங்கி ஆமையை நோக்கி ஓடினான்.

கிராஸ் செய்யும் ஆமையை நகரவிடாமல் அதன்முன் சாஷ்டாங்கமாக விழுந்து, ''ஆமையே, உன்னை அரி (பெருமாள்) என்று அறியாமல் இருந்துவிட்ட என் அறியாமையை மன்னிச்சுடு'' என்று கேவிக்கேவி பக்தியில் அழ ஆரம்பித்தான்.

இதைப்பார்த்து மெய்சிலிர்த்துப்போன அந்த டிரைவர், என்னிடம் ''நான் ஆமையை ஆமையாகத்தான் பார்த்தேன். ஆனா இவரோ தெய்வமாகப் பார்க்கிறார். யார் இந்த ஜீவகாருண்ய சம்ரட்ஷண காருண்ய புருஷர்?'' என்று கேட்டார். ஏற்கெனவே முயல்-ஆமை ரேஸ்போல கிச்சாவிடம் தோற்றுக் கொண்டிருக்கும் எனக்கு டிரைவர் இப்படிக் கேட்டதும் 'பொறா ஆமை' பொங்கியது.

ரேலேவுக்குச் சென்றதும் முதல் காரியமாக அந்த டிரைவர் அருகிலிருந்த ரெஸ்டாரெண்ட்டில், ஆமைக் கறி திணித்த சாண்ட்விச்சை ''ஸ்வாஹா'' செய்ததைப் பார்த்து, ''என்ன ஸ்வாமி இது?'' என்று நான் கேட்க, அவர் ''ஓய், இது ஹை புரொடீன் டயட்'' என்று கூறிவிட்டு என்னைப் பார்த்து கண்சிமிட்டினார்.

என்னை வரவேற்க ரேலே பேருந்துநிலையத்தில் காத்திருந்த தமிழ்ச் சங்கத்தின் தலைவர் பேராசிரியர் சடகோபன் ஒரு பரம சாத்வீகமான வைணவர். எனக்கு மாலைபோட வந்த சடகோபன், நெற்றியில் கட் அவுட் வைத்ததுபோல நாமம் இட்டுக்கொண்டு ''கூர்மாவதாரஸ்ய'' சுலோகத்தை முணுமுணுத்தபடி வந்த கிச்சாவைப் பார்த்தார். கிச்சாவுக்கு அந்த ஸ்லோகத்தில் முதல் வார்த்தைதான் தெரியும், மற்றபடி 'ட்யூனில்' தான் சமாளிப்பான் என்று தெரியாத சடகோபன், கிச்சாவை கிருஷ்ண சைதன்யரைப் பார்ப்பதுபோலப் பார்த்தார். அப்போது கிச்சாவின் கண்களில் இருந்து தாரை தாரையாக நீர் பெருகியது. அதற்குக் காரணம் 'மெட்ராஸ்-ஜ' என்பது அடுத்த ஊருக்குப் போன பிற்பாடுதான் எங்களுக்கே புரிந்தது. எனக்கு தெரிந்து அமெரிக்காவில் மெட்ராஸ்-ஜ வரவழைத்துக்கொண்ட முதல் ஆசாமி கிச்சாவாகத்தான் இருக்கும்.

சடகோபன் தன்னைப்போல ஒரு 'வைஷ்ணவ ஜனதோ' என்பதை கூண நேரத்தில் புரிந்துகொண்ட கிச்சா ''சார், நம்மாழ்வாருக்கு பூர்வாசிரமத்துல சடகோபன்னுதான் பேரு, கம்பரே 'சடகோபர் அந்தாதி' எழுதியிருக்கார்'' என்று நாசுக்காக சொல்ல, சிலிர்த்துப் போன சடகோபன், எனக்காகக் கொண்டு வந்த மாலையை கிச்சாவின் கழுத்தில் போட்டு ''நின்னோடு இருவரானேம்'' பாவத்தில் அவனைக்கட்டித் தழுவினார்.

சடகோபன் வீட்டில் தங்கிய எங்களுக்கெல்லாம் ராஜ மரியாதை என்றால், கிச்சாவுக்கு ராஜரிஷி மரியாதை. வள்ளுவர்-வாசுகி போல வாழும் சடகோபனும் அவர் துணைவியார் ஜெயந்தியும் கிச்சாவுக்கு தனி ரூம், மடி சமையல் என்று ஜீயர் அந்தஸ்து அளித்தார்கள். இதனால் உச்சி குளிர்ந்துபோன கிச்சா, ''நான் திருவல்லிக்கேணியில் ரொம்ப ஆசார அனுஷ்டானத்தோட இருப் பேன். அஃப்கோர்ஸ் அமெரிக்காவுல இதெல்லாம் எதிர்பார்க்க முடியாது'' என்று பிகு பண்ணிக்கொள்ள, அது அவனுக்கே அவஸ்தையாக முடிந்தது.

சடகோபனும் ஜெயந்தியும் நாங்கள் அங்கு தங்கிய மூன்று நாள்களும் உலர்ந்த நார்த்தங்காய் போல குளிரில் சுருண்டு படுத்திருக்கும் கிச்சாவை விடியற் காலையில் எழுப்பி, பச்சைத் தண்ணீரில் குளிக்கச் சொல்லி, கொலைப்பட்டினி யாக பெருமாளுக்கு ஆராதனை செய்யச் சொன்னார்கள். ஆராதனை முடிந்ததும் காபிக்குப் பதிலாக துளசி தீர்த்தமும், சாம்பார், ரசம், மோர் சாப்பாட்டுக்குப் பதிலாக அவல், பொரிமாவு, பச்சையாக அகத்திக்கீரை என்ற மெனுவை அவர்களே முடிவு செய்ய, கிச்சா மூன்றே நாளில் கிழிந்த பாய் ஆனான்.

திருமதி சடகோபனோடு நாங்கள் பார்ச்சேஸ் செய்ய 'மால்' என்று அழைக்கப்படும் சூப்பர் மார்க்கெட்டுக்கு கிளம்பினோம். அப்போது ''கிளர் ஒளி இளமை கெடுவதன் முன்னம் என்ற நம்மாழ்வார் வரிகளுக்கு உங்க வியாக்கியானம் என்ன?'' என்று சடகோபன் கேட்ட கேள்விக்குப் பதில்சொல்ல முடியாமல் முழித்துக்கொண்டிருந்த கிச்சா, நாங்கள் மாலுக்குப் புறப்படுவதைப் பார்த்து, ''சார், மாலுக்குப் போயிட்டு வந்து வியாக்கியானம் சொல்றேனே'' என்று கூறி தப்பிக்கப் பார்த்தான். அப்போது கிச்சாவைப் பார்த்து ''சார், அங்க வந்து நீங்க என்ன பர்ச்சேஸ் பண்ணப் போறீங்க. உங்களுக்கு வேண்டியது நாமகட்டி, ஸ்ரீசூர்ணம். இது ரெண்டும் 'மால்'ல கிடைக்காது'' என்று அவனைத் தடுத்தாள் ஜெயந்தி. தொடர்ந்து, ''சார், உங்க 'மால்' திருமால். அதைப்பத்தி அவரோட (சடகோபன்) பேசிண்டிருங்கோ. நாங்க போயிட்டு வந்துடறோம்'' என்று கூறி கிச்சாவை அசடு வழிய வைத்தாள். இப்படியாக கிச்சா பொய்யாக வளர்த்துக்கொண்ட 'இமேஜ்' ரேலேயில் 'டேமேஜ்' ஆனது.

ரேலேயில் மாது ப்ளஸ் டூ நாடகம் நடத்தி முடித்து வீடு வந்த எங்களை எச்சுமிப் பாட்டி அனுப்பிய ஈமெயில் வரவேற்றது. என் பிறந்த நாளுக்காக திருவல்லிக்கேணியில் ஒரு கோயில் விடாமல் அர்ச்சனை செய்து அங்கு கொடுத்த விபூதி, குங்குமம், சந்தனம், மஞ்சகாப்பு போன்ற பிரசாதங்களை ஒரு பேப்பரில் தடவி அதை போட்டோ எடுத்து ஸ்கேன் செய்து கம்ப்யூட்டரில் அட்டாச்மென்ட்டாக நுழைத்து எச்சுமிப் பாட்டி அனுப்பி யிருந்தாள். தலைப்பில் 'லவ்-பாட்டி' என்று எழுதியிருந்தாள். அந்த 'லவ்-பாட்டி' ஈமெயில் 'லவ்-பக்' வைரஸ் வேகத்தில் ரேலேவில் உள்ள அத்தனை கம்ப்யூட்டர்களையும் பாதித்தது என்று சமீபத்தில் எனக்கு வந்த ஈமெயிலில் சடகோபன் தெரிவித்திருந்தார்.

★ ★ ★

இந்திய காலண்டர்படி அக்டோபர் பதினாறாம் தேதி (அமெரிக்க காலண்டர்படி அன்று அக்டோபர் பதினைந்து) ரேலே ஸ்டேஜில் மாது ப்ளஸ் டூ நாடகம் ப்ளஸ் என் பிறந்தநாள் - இரண்டையும் முடித்துக்கொண்டு அட்லாண்டாவுக்குப் பறந்தோம்.

அட்லாண்டாவில் அன்று அமெரிக்க காலண்டர் படி பதினாறாம் தேதி. இங்கு எங்களுடைய மாது ப்ளஸ் டூ நாடகத்துக்கு ஏற்பாடு செய்த திருமதி ஆண்டாள் பாலு கேட்டுக்கொண்டதன் பேரில் மறுபடியும் ஒரு தபா என்னுடைய பிறந்தநாள் கொண்டாடப்பட்டது.

அன்று அமெரிக்கர் ஒருவர், ''இந்தியா ஏன் இப்படி எல்லா வகையிலும் பின்தங்கி இருக் கிறது? நாளை, அதாவது எதிர்காலத்தைப் பற்றி உங்களுக்குக் கவலையே இல்லையா?'' என்று எங்களை சதாய்த்துக் கொண்டிருந்தார். பதில் பேச முடியாமல் நாங்கள் முழித்துக்கொண் டிருந்த போது, கிச்சா குறுக்கிட்டு, ''எக்ஸ் யூஸ்மி சார். ரொம்பத்தான் எகிறாதீங்க. நீங்க என்னதான் முன்னேறினாலும் காலண்டர், கடிகாரத்தை வெச்சுப் பாத்தா எங்களைவிட நீங்க ஒரு நாள் பின்தங்கித்தான் இருக்கீங்க. பதினாறாம் தேதி பொறந்த மோகனுக்கு ரேலேவுல பதினைந்தாம் தேதி பிறந்தநாள் கொண்டாடினாங்க. அதாவது, நாளைக்குப் பொறந்தவனுக்கு இன்னிக்குப் பொறந்த நாள். நீங்க சொன்ன எதிர்காலத்தை வெச்சுப் பாத்தா எங்க ஊர் மோகன்தான் நாளைய மனிதன்'' என்று கேணத்தனமாக ஒரு லாஜிக்கைக் கூறி அவர் வாயை அடைத்தான்.

22

கோக் என்று செல்லமாக அழைக்கப்படும் கோகோ கோலாவின் ஹெட்
குவார்ட்டர்ஸ் அட்லாண்டாவில் உள்ளது. அந்த இடத்துக்கு விசிட்
செய்தோம்.

அங்கு ஓர் இடத்தில் ஆரஞ்சு, லெமெனேட், பைனாப்பிள் என்று நூற்றுக்கும்
மேற்பட்ட ருசியில் தயாரிக்கப்பட்ட கோகோ கோலாவை எங்களுக்கு
ஓசியில் குடிக்கக் கொடுத்தார்கள். அப்போது எங்கள் கூடவே இருந்த
ஆக்ரோஷமான ஓர் அமெரிக்க அபிதகுஜாம்பாள், எஜமான விஸ்வாசத்தில்
தன் கம்பெனியைப் பற்றி ஏகமாகப் பீத்திக்கொண்டிருந்தாள்.

பொறுத்துப் பொறுத்து அலுத்துப் போய் கோகோ கோலாவில் சாரிடானைப்
போட்டது போல நுரை ததும்ப பொங்கி எழுந்தான் கிச்சா. அவளுக்கு
எதிரிலேயே ஒரு பேப்பரைக் கொளுத்தி, தாற்காலிகமாக அடுப்பு ஒன்றை
மூட்டினான். தாகசாந்திக்காக நாங்கள் கையோடு எடுத்து வந்திருந்த மோரை
அந்த அடுப்பில் கொதிக்கவைத்தான். அதில்தான் எப்போதும் கைவசம்
வைத்திருக்கும் சோம்பு, கிராம்பு, லவங்கம், மிளகு, கடுக்காய் என்று

கையில் கிடைத்த டப்பா செட்டிக்கடை அயிட்டங்களை எல்லாம் தாளித்துக் கொட்டினான். திராவகம் போல கொப்பளித்து அடங்கிய அந்த பானத்தை அந்த அமெரிக்க அபிதகுஜாம்பாளிடம் கொடுத்து ''டேஸ்ட் இட்'' என்று கூற, அவள் அதை டேஸ்ட் செய்துவிட்டு ''வாவ், வாவ், வாவ்!'' என்று இம்போஸிஷன் போல இருபது இருபத்தஞ்சு 'வாவ்' பிளிறினாள். உன்னிப்பாகக் கேட்ட போதுதான் புரிந்தது, அவள் வாயில் வந்தது ஆச்சரிய 'வாவ்' அல்ல, அஸிடிடி 'ஏவ்' சத்த ஏப்பம் என்பது!

ஏப்பகோஷம் முடிந்ததும் அந்த அ.குஜாம்பாள் கிச்சாவைப் பார்த்து கண்களில் நன்றி ததும்ப ''சார், ஆறு வருஷமா வாயு உபத்திரவத்தால் அவஸ்தைப் படறேன். போகாத சர்ச் கிடையாது, முழுகாத ஸ்விம்மிங்பூல் கிடையாது. ஆனா, இப்ப நீங்க தந்த பானத்தைக் குடிச்சுட்டு விட்ட ஏப்பத்துல என்னோட அஸிடிடி போயே போச்சு'' என்று கூறியவள் உடனடியாக இதைப்பற்றி கம்பனியின் ஜெனரல் மேனேஜரிடம் சொல்ல, அவர் ஸ்தலத்துக்கு விரைந்தார்.

கிச்சா தயாரித்த மோரின் ஃபார்முலாவைக் கேட்டு ''ராயல்டியாக என்ன எதிர்பார்க்கிறீர்கள்..?'' என்று கோகோ கோலாவின் ஜி.எம். மன்றாடி கேட்டுக்கொண்டார். கிச்சா பதிலுக்கு அவரிடம் ''சார், ராயல்டி எல்லாம் வேணாம். ஆனா, லாயல்டியா இந்த மோர் பானத்துக்கு 'கிச்சா கோலா'னு என் பேரை வையுங்க'' என்று பெரிய மனுஷத்தனமாகக் கூறிவிட்டு ஃபார்முலா கேட்ட அவரிடம் மோரில் போட்ட லவங்கம், கிராம்பு, ஜாதிபத்திரி போன்ற அயிட்டங்களின் பெயரை ஒரு பேப்பரில் எழுதி, மறக்காமல் மயிலாப்பூர் கச்சேரி ரோடு டப்பா செட்டிக் கடையில் வாங்குமாறு கூறி, அதன் அட்ரஸையும் தந்தான்.

பிறகு, ஜி.எம். கேட்டுக்கொண்டதன் பேரில் கிச்சா தான் தயாரித்த 'கிச்சா கோலா' என்ற மோர் பானத்தில் மாங்கா பத்தையைத் துண்டுதுண்டாக நறுக்கிப் போட்டு, ஐஸ் கட்டிகளை மிதக்கவிட்டு ''ஏ, ஜில் மாங்கா மோர்'' என்று ஷாருக்கான் ஸ்டைலில் கூற, அது விளம்பரப்படமாக எடுக்கப்பட்டு அமெரிக்க டி.வி.களில் போடப்பட்டது!

மூன்று நாள்கள் கழித்து நாங்கள் வாஷிங்டனுக்கு பிளேனில் சென்றபோது, நாங்கள் எவ்வளவு கெஞ்சியும் கேட்காமல் கிச்சா வேட்டியில் வந்தான். விமான நிலையத்தில் இருந்த அமெரிக்கர்கள் அவனை ஒரு விநோதமான வஸ்துவைப் பார்ப்பதுபோல பார்த்தார்கள். ''இவனுக்கும் எங்களுக்கும் சம்பந்தமில்லை'' என்பதுபோல நாங்கள் கிச்சாவைக் கைகழுவிவிட்டு தனியாக ஒதுங்கி நின்றோம்.

அப்போது எங்களை வரவேற்க வாஷிங்டன் எய்ம்ஸ் கல்ச்சுரல் அகா தெமியைச் சேர்ந்த விஜய் ஆனந்த், கிரி போன்ற தமிழ்ப்பற்று மிக்கவர்கள் எங்களுக்கு தமிழ் வரவேற்பு அளிக்க அந்தக் குளிரிலும் வேட்டி சட்டையில் வந்திருந்தார்கள்.

''நாங்கள் உங்களுக்கு சர்ப்ரைஸாக வேட்டியில் வந்து வரவேற்பு அளிக்க நினைத்தோம். ஆனால், உங்கள் கிச்சா எங்களை முந்திக் கொண்டு விட்டார்'' என்று கிச்சாவைச் சிலாகித்துவிட்டு, வழக்கம்போல எனக்குப் போடவந்த மாலையை கிச்சா கழுத்தில் போட்டார்கள்.

விஜய் ஆனந்த், கிரி இருவரிடமும் தனது தமிழ்ப்பற்றை கூடுதல் போனஸாகக் காட்டிக்கொள்ள நினைத்த கிச்சா, ''சார், எனக்கு இருக்கற தமிழ் ஆர்வத்துக்கு என்னை மட்டும் அமெரிக்காவுக்கு ஜனாதிபதியா நியமிச்சா, வாஷிங்டனை சுத்தத் தமிழ்ல வண்ணாரப்பேட்டைன்னு மாத்திடுவேன்'' என்று கூற, கிச்சா விவரம் கெட்ட ஒரு லூச்சா என்பதை அவர்கள் புரிந்துகொண்டு, ஏன் இந்த மூதேவிக்கு மாலை போட்டோம் என்று வருத்தப்பட்டார்கள்.

வாஷிங்டனில் பாலகிருஷ்ண சாஸ்திரிகளின் பேரனும் எங்கள் குழுவின் டைரக்டர் காந்துவின் மருமகனுமான சதீஷ் வீட்டில் நாங்கள் தங்கியிருந்த போது, எங்களை அமெரிக்க ஜனாதிபதி பில் கிளிண்டன் தங்கும் ஒயிட்ஹவுஸைச் சுற்றிக்காட்ட அழைத்துப் போனார்கள்.

திருப்பதி தர்மதரிசன க்யூ போல நீண்ட க்யூவில் நின்றிருந்தவர்களை அமெரிக்க போலீஸ் ஆங்கிலத்தில் 'ஜரகண்டி, ஜரகண்டி' சொல்லி அவசரப் படுத்தினார்கள். வெள்ளை மாளிகையைச் சுற்றிக்காட்டிய கைடு எங்களை ரூம் ரூமாக அழைத்துச்சென்று, ''இது நிக்ஸன் நிருபர்களைச் சந்தித்த இடம், இங்குதான் ஆப்ரகாம் லிங்கன் ஆப்பிள் சாப்பிட்டார். கென்னடியின் மூக்குக்கண்ணாடி உடைந்த இடம்'' என்று ஸ்தல புராணம் பாடினார்.

அப்போது கிச்சா இதெல்லாம் வுடுங்க சார், நம்ப தலைவர் (கிளிண்டன்) மோனிகாவை செட்டப் பண்ண இடம் எது?'' என்று ஏடாகூடமாகக் கேட்டு வைக்க, அருகிலிருந்த அதிகாரி ஆக்ரோஷமாகி ''வாட், வாட் டிட் யூ ஸே, மோனிகா?'' என்று கூவியபடி கிச்சாவை நோக்கி துப்பாக்கியோடு பாய்ந்து வந்தார். நான் உடனே ''சார், மோனிகா இல்லை, கோனிகா கேமரா. கேமராவால போட்டோ எடுக்கலாமானு கேக்கறான்'' என்று சமாளிக்க, அவர் சாந்தமானார்.

நல்லவேளையாக கிச்சா தமிழில் கேட்டதால் அதிகாரிக்குப் புரியவில்லை. புரிந்திருந்தால் இந்நேரம் கிச்சா அமெரிக்கச் சிறையில் செக்கிழுத்த செம்மலாகியிருப்பான்.

ஒயிட் ஹவுஸ் பூங்காவில் போட்டோ எடுத்துக்கொள்ள பிரியப்பட்ட கிச்சாவுடன் சதீஷ் தங்கிவிட, நாங்கள் வீடு திரும்பினோம். இந்தியர்களாகிய எங்களைச் சந்திக்க சுதாவின் பக்கத்து வீட்டு மாமா பிலிப்ஸ் வந்திருந்தார். கிளிண்டன் ஜாடையிலிருந்த பிலிப்ஸைப் பார்த்ததும் எங்கள் எல்லோருக் கும் ஏக மனதாக கிச்சாவை டபாய்க்கும் ஐடியா தோன்றியது.

பிலிப்ஸ்-க்கு கோட்டு சூட்டு போட்டு டுப் கிளிண்டனாக்கி ஓரமாக உட்காரவைத்து, கிச்சா வந்ததும் அவனிடம், ''இதோபாரு. பில் கிளிண்டன்'' என்று கூறி கிச்சாவை முட்டாளாக்க முடிவு செய்தோம்.

கிச்சாவும் சதீஷும் இரவு பத்து மணிக்குத்தான் வந்தார்கள். நான் கிச்சாவிடம் ''கிச்சா, இப்ப நான் உனக்கு ஒண்ணு காட்டப் போறேன். நீ ஆச்சரியத்துல அம்பேலாகப் போற'' என்று சொல்லி முடிப்பதற்குள், ''மோகன், நான் இப்ப உனக்கு ஒண்ணு காட்டப் போறேன். நீ ஆச்சரியத்துல அம்பேலாகி அப்பீட் ஆகப் போற'' என்ற கூறி, ஒரு போட்டோ ஆல்பத்தைத் தந்தான் கிச்சா.

ஆல்பத்தில் கிச்சாவும் அசல் அக்மார்க் முத்திரை குத்திய அமெரிக்க ஜனாதிபதி கிளிண்ட்டனும் ஆரத்தழுவியபடி, கைகுலுக்கியபடி, தோளில் கைபோட்டபடி எடுத்துக்கொண்ட போட்டோக்கள் நிரம்பி வழிந்தன!

அதிர்ச்சியில் ஸ்தம்பித்து நின்ற எங்களைப் பார்த்து நக்கலாகச் சிரித்துவிட்டு, ''டெல் மேன், டெல்'' என்று சதீஷிடம் கிச்சா சொல்ல, கிச்சா-கிளிண்டன் சந்திப்பை டெல்லினான் சதீஷ்.

ஒயிட்ஹவுஸ் கார்டனில் போட்டோ எடுத்துக்கொண்டிருந்த கிச்சா, அங்கு முதுகில் ராமர் மூன்று கோடுகள் போடாத ராட்சச சைஸ் ராவண அணிலை க்ளோசப் ரேஞ்சில் போட்டோ எடுக்க, ஓடும் அணிலைத் துரத்தியிருக்கிறான்.

அப்போது ஒயிட்ஹவுஸ் கார்டனில் மனைவி ஹிலாரி, மகள் செல்ஷியாவோடு செக்யூரிட்டி சுற்றம் சூழ ஜாகிங் செய்துகொண்டிருந்தாராம் ஜனாதிபதி கிளிண்டன். அரசர் கிளிண்டனிடம் அணில் அடைக்கலம் புக, வேடன்போல ஓடிவந்த கிச்சா, கிளிண்டன் யார் என்று அடையாளம் தெரியாமல் அணிலைத் தரும்படி தமிழில் அழிச்சாட்டியம் செய்திருக்கிறான்.

பாவம், கிளிண்டன். அணிலையும் கிச்சாவையும் சமாதானம் செய்துவைத்து, பின்னர் தன்னை அறிமுகப்படுத்திக்கொண்டு கிச்சாவின் குலம் கோத்திரங்களை விசாரித்திருக்கிறார். கிளிண்ட்டனுக்கு நாலு வேதம். உபநிடதம், அர்த்த சாஸ்திரம், புராணம், இதிகாசம் என்று ஆரம்பித்து திருக்குறள் வரை பாரதக் கலாசாரத்தை மெகா சீரியல் போல கிச்சா விஸ்தாரமாகக் கூற, புல்லரித்துப் போன கிளிண்டன், கிச்சாவோடு போட்டோ எடுத்துக் கொண்டிருக்கிறார்.

கிளம்பும்போது கிளிண்ட்டனிடம் ''கிட்டத்தட்ட நூறு கோடி ஜனங்கள் சார்பா கேட்டுக்கறேன். நீங்களும் மாமியும் (ஹிலாரி கிளிண்டன்) உங்க பொண்ணோட (செல்ஷியா..) இந்தியாவுக்கு ஒரு நடை வந்துட்டுப் போகணும்'' என்று கிச்சா கோரிக்கை விடுக்க, கிளிண்டன் ''ஷ்யூர், ஷ்யூர்'' என்று அவன் கன்னத்தில் செல்லமாகத் தட்டிவிட்டு ஜாக்கிங்கைத் தொடர்ந்தாராம்.

எது எப்படியோ, வாஜ்பாய், சந்திரபாபு நாயுடுவுக்கு முன்பே கிளிண்ட்டனை இந்தியாவுக்கு விஜயம் செய்யுமாறு அழைப்பு விடுத்தது நமது கட்டுரை நாயகன் மிஸ்டர் கிச்சாதான்!

★ ★ ★

அமெரிக்காவில் நாடகம் போட வீடு, மனைவி, மக்களை பிரிந்து வந்ததில் எங்களுக்கெல்லாம் ஹோம் சிக் வந்தது என்றால், பாணா காத்தாடி நூலுக்குக்கூட பக்தி சிரத்தையோடு திருவல்லிக் கேணி பார்த்தசாரதி கோயில் பிரசாதமான மஞ்ச காப்பைத் தடவி மாஞ்சா காப்பாகப் போடும் அளவுக்கு பெருமாள்மீது தெய்வீகக் காதல் கொண்ட கிச்சாவுக்கு 'பெருமாள் சிக்' வந்து விட்டது.

திருப்பதி ஜாடையில் மலை மேல் அமைந்துள்ள ஊரான பிட்ஸ்பர்குக்கு நாடகம் போடப் போன போது, கிச்சாவின் பெருமாள் ஜுரத்துக்கு மருந்து தருவதாகக் கூறிய டாக்டர் பழனிச்சாமி, ''இங்க ஒரு பெருமாள் கோயில் இருக்கு. ஆனா, பார்த்தசாரதி பெருமாள் இல்லை. வெங்கடா சலபதி. ஓகேயா?'' என்று கிச்சாவிடம் கேட்டார். உடனே கிச்சா, ''என்ன இப்படிக் கேட்டுட்டீங்க. வெங்கடாசலபதி யாரு டாக்டர்? பார்த்தசாரதிப் பெருமாளோட கஸின் காட்டானே'' என்று ஒரு போடு போட்டவன், எங்களுடைய மேக் அப் பெட்டியிலிருந்து கத்தி, கத்திரிக்கோல், சோப் ஆகியவற்றை எடுக்க ஆரம்பிக்க, நாங்கள் குழப் பமாகப் பார்த்தோம்.

குழந்தையாக இருந்தபோது வந்த கக்குவான் இருமலில் ஆரம்பித்து, பொடுகு, சேத்துப்புண், நகசுத்து, மெட்ராஸ்-ஐ என்று நாப்பது வயது வரை தனக்கு வந்த ஸ்மால் ஸ்கேல் வியாதிகளுக்கு எல்லாம் வெங்கடாசலபதியைத் தொந்தரவு செய்து, திருப்பதி வந்து மொட்டை போடுவதாக வேண்டிக் கொண்ட கிச்சா, தான் போடாமல் விட்ட அத்தனை மொட்டைகளுக்கும் சேர்த்து

23

மொட்ஸ்பர்கில் ஸாரி. பிட்ஸ்பர்கில் மொட்டை போட்டுக்கொள்ள ஆரம்பித்தான்.

அங்கு நிறுத்தி வைக்கப்பட்டிருந்த கார் ரியர்வ்யூ மிரரில் பார்த்தபடித் தலையை செல்ஃப் ஷேவிங் செய்துகொண்டிருந்த கிச்சாவை, வீதியில்

ஜாக்கிங் செய்துகொண்டிருந்த அமெரிக்கத் தொப்பைகள் சூழ்ந்துகொண்டு ''என்ன ஸ்வாமி இது?'' என்று ஆங்கிலத்தில் கேட்டார்கள். மொட்டைக்கு ஆங்கிலத்தில் என்ன வார்த்தை என்று யோசித்து அலுத்த கிச்சா, மழித்த தலையைத் தடவிக்காட்டி, ''டாப்லெஸ் டாப்லெஸ்'' என்று கூறிவிட்டு.

''தலைக்கு மொட்டை போட்டா 'ஹெட் வெயிட்' சுத்தமா போயிடும். அப்பால அங்கப்பிரதட்சணம் செய்து ஆண்டவன் கிட்ட சரண்டர் ஆயிடலாம்'' என்று வைணவர்களின் சரணாகதி தத்துவத்தை தமிழ், ஆங்கிலம், அபிநயம் மூன்றும் கலந்து அவர்களுக்கு விளங்கவைத்தான். அவர்கள் என்ன புரிந்துகொண்டார்களோ தெரியாது. நாங்கள் பிட்ஸ்பர்கி லிருந்து கொலம்பஸுக்குக் கிளம்பியபோது, பத்துப் பதினைந்து அமெரிக்க மொட்டைகள் பார்க்கில் ''கோழிந்தோ... கோழிந்தோ'' என்று கூவியபடி அங்கப்பிரதட்சணம் செய்துகொண்டு இருந்ததைப் பார்த்தோம்.

கொலம்பஸ் பஸ் ஸ்டாண்டில் எங்களை வரவேற்க பன்னிரண்டு மாலைக ளோடு வந்த ராம்மோகன், சந்திரசேகர், கஜானனன், ஹரி, சரவணகுமார் ஆகியோர் எங்களுக்கு மாலைகளைப் போட்டுவிட்டு, மீதி ஒரு மாலை இருப்பதைக் கூறியபோதுதான் நாங்கள் பாழாய் போன கிச்சா, காணாமல் போன கிச்சா ஆனதை உணர்ந்து பதறினோம்.

போலீஸுக்குப் புகார் கொடுத்ததில் அவர்கள் டி.வி.யில் கிச்சாவின் போட்டோவை ஐந்து நிமிடத்துக்கு ஒரு தபா போட்டுக்காட்டி, காணாமல் போன அறிவிப்பை கர்மசிரத்தையாகச் செய்தார்கள். இதில் வேடிக்கை என்னவென்றால், கிச்சாவைத் தேடி கொலம்பஸில் அலைந்துகொண்டிருந்த சரவணகுமார், ஒரு ரெஸ்டாரெண்டில் உள்ள டி.வி.யில் 'கா.போ.கிச்சா' பற்றிய அறிவிப்பைப் பார்த்துக் கொண்டிருக்கும்போது, அவர் கூடவே கிச்சாவும் பிஸ்கட் சாப்பிட்டபடி பார்த்துக்கொண்டிருந்திருக்கிறான். மொட்டையில் இருந்த கிச்சாவை சரவணகுமாருக்கு அடையாளம் தெரிய வில்லை. தலைக்கு உள்ளேயும் - தற்சமயம் வெளியேயும் எதுவும் இல்லாத கிச்சாவும் சரவணகுமாரை நெருங்கி ''சார், நானும் உங்கள மாதிரி தமிழன்தான். என்ன இது டி.வி.யில் என் போட்டோவைப் போட்டு என்னமோ சொன்னாங்களே. பிட்ஸ்பர்குல நான் மொட்டை போட்டு அங்கப்பிரதட்சணம் பண்ணது அமெரிக்கா பூரா பரவிடுத்தா என்ன?'' என்று காணாமல் போன கவலை சற்றும் இல்லாமல் கேட்டுவிட்டு, ''பை தி பை, மை நேம் இஸ் கிச்சா. மிஸ்டர் சரவணகுமார்ங்கறவர் வீட்டுக்கு வழிசொல்ல முடியுமா?'' என்று வெகுளியாக வினவ, கிச்சாவை கோழி அமுக்குவது போல அமுக்கி, காரில் போட்டுக்கொண்டு வந்து எங்களிடம் சேர்த்தார் சரவணகுமார்.

''எப்படிடா காணாம போனே?'' என்று நாங்கள் கேட்க, அதற்கு கிச்சா ''அதை விடு. ஒண்ணு கவனிச்சியா, அமெரிக்காவைக் கண்டுபிடிச்சது கொலம்பஸ். ஆனா கொலம்பஸைக் கண்டுபிடிச்சது காணாம போன இந்த கிச்சா'' என்று கவலையில் இருந்த எங்களிடம் ஸ்டைலாகப் பீத்திக்கொள்ள,

கடுப்பான நாங்கள் பதினோரு பேரும் கிச்சாவின் மொட்டைத் தலையை ஜாகிர் உசேன்தபேலாவாக பாவித்து சாத்து சாத்தென்று சாத்தினோம்.

டெக்ஸாஸ் மாநிலத்தில் உள்ள டல்லாஸ் என்ற ஊருக்கு விஜி ராஜனின் அழைப்புக்கிணங்கி நாடகம் போட க்ரேஹவுண்ட் பஸ்ஸில் சென்றோம்.

அப்போது, எங்கள் பஸ்ஸைத் தாண்டிச் சென்ற ஒரு கார் டிரைவர் ''ஃபயர்.. ஃபயர்'' என்று கத்த, டிரைவர் பஸ்ஸை நிப்பாட்டினார். நாங்களெல்லாம் அடித்துப் புரண்டு கீழே இறங்கிப் பார்த்தால், பஸ்ஸின் பின்பக்கம் ஆயில் கசிவால் தீப்பிடித்து எரிந்துகொண்டிருந்தது.

டிரைவர் செல்போனில் ஃபயர் சர்வீஸுக்கு போன் செய்து முடிப்பதற்குள் ஆர்.எஸ். மனோகர் டிராமாவில் பட்டாசு வெடித்து மகாவிஷ்ணு, நாரதர் போன்றவர்கள் பளிச்சென்று தோன்றுவது போல எங்கிருந்தோ மாயமாக இரண்டு ஃபயர் இன்ஜின்களும் ஒரு ஆம்புலன்ஸும் வந்து நின்றன.

ஃபயர் சர்வீஸ் ஆட்களுக்கு உதவியாக கிச்சா தன் பங்குக்கு நெருப்பை வாயால் ஊதி ஊதி அணைக்க, கிச்சாவின் அணைப்பைக் கண்டு புல்லரித்த அவர்கள், கிச்சாவை மெய்சிலிர்க்க அணைத்துக் கொண்டார்கள்.

எனது கஸின் சிஸ்டர் விமலாவும் அவளது கணவர் ராஜாஜியும் எங்களுக்கு டெக்ஸாஸின் புறநகர்ப் பகுதிகளில் வாழும் கெள-பாய்ஸைக் காட்ட அழைத்துச்சென்றார்கள். அங்கு ஒரு கெள-பாய். ஸாரி, கெள-கிழம் ஆகாயத்தில் கோகோ கோலா டின்னைத் தூக்கி எறிந்து, அது மறுபடி மண்ணில் விழாதபடிக்கு துப்பாக்கியால் சுட்டுத் தடுத்தபடி அரை மணி நேரம் சாவகாச சாகசம் செய்துகொண்டிருந்தார். பிறகு, கூடியிருந்த கும்பலைப் பார்த்து ''இப்ப நான் செஞ்சதை யார் செஞ்சு காட்டறாங்களோ அவங்களுக்கு என்னோட கேர்ளைக் கட்டி வெக்கறேன்'' என்று குடிபோதையில் சவால் விட்டு, ''அப்பா, ஊரைக் கூட்டி மானத்தை வாங்காதே'' என்று வீட்டுக்குள்ளிலிருந்து கூவிய தன் மகளுக்கு சுயம்வரம் வைத்தார்.

முரட்டு ஜீன்ஸ் பேண்ட், முழுக்கை சட்டை, பெல்ட், கழுத்தில் கர்சீப், மொட்டையை மறைக்க பெரிய தொப்பி கெட்அப்பில், பார்க்க கெள-பாய் போல் இல்லாவிட்டாலும், ஓரளவுக்கு கன்னுக்குட்டி-பாய் ரேஞ்சில் இருந்த கிச்சாவுக்கு அந்தக் குடிகார கிழ கெள-பாயின் சுயம்வர சவால் எரிச்சலை உண்டாக்கியது. கிச்சா கோதாவுக்குள் குதித்தான்.

கிச்சாவிடம் அந்த பெரிசு துப்பாக்கியை நீட்ட, ''நோ தாங்க்ஸ்'' என்று கூறியவன், அங்கிருந்த மரத்திலிருந்து ஆங்கில 'வி' ஷேப்பில் இருந்த கிளையை உடைத்து அதில் கயிறைக் கட்டி, தாற்காலிகமாக ஒரு உண்டி வில்லைத் தயாரித்தான்.

பிறகு, தன் தலையில் போட்டிருந்த தொப்பியை ஆகாயத்தில் வீசி எறிந்துவிட்டு, ராமர் போல ஏழு மரத்துக்குப் பின்னால் மறைந்து நின்று,

அங்கிருந்த கூழாங்கற்களைப் பொறுக்கி உண்டிவில்லில் வைத்து அடித்து, அந்தத் தொப்பியை அந்தரத்திலேயே அரை மணி நேரம் அல்லாட வைத்தான்.

முத்தாய்ப்பாக, உண்டிவில் தாக்குதல் நின்றதும் அந்தத் தொப்பி, தலையாய விஸ்வாசத்தோடு கிச்சாவின் தலையில் வந்து அமர, அங்கிருந்த கௌ-பாய்ஸ் கூட்டம் கிச்சாவை வெஸ்டர்ன் ஆக்டிங் ஃபிலிம் புகழ் கிளிண்ட் ஈஸ்ட்வுட்டைப் பார்ப்பது போல பிரமிப்போடு பார்த்தது.

அதோடு நில்லாமல், குறிபார்த்து கோலி அடிப்பதில் கில்லாடியான கிச்சா, அந்த கிழ கௌ-பாயிடம் இருந்து துப்பாக்கியை வாங்கி அங்கிருந்த மரத்தில் உள்ள ஆப்பிள்களைச் சுட்டு வீழ்த்தி, ''உங்களுக்கு சுட்ட பழம் வேணுமா? இல்லை, சுடாத பழம் வேணுமா?'' என்று ஆடியன்ஸைக் கேட்டு முடிப்பதற்குள், ஆச்சரியத்தில் பிளந்த அவர்கள் வாயில், கிச்சா சுட்ட பழங்கள் வந்து விழுந்தன.

நவம்பர் இருபதாம் தேதி மறுபடி நியூ ஜெர்ஸியில் எங்களுடைய கடைசி ஷோ. முந்தின நாள் இரவு அமெரிக்காவைப் பிரியப்போகும் ஏக்கத்தைப் போக்கிக்கொள்ள விடிய விடிய தமிழ் சினிமா காஸெட்டுகளை போட்டுப் பார்த்தபடி இருந்தோம். நாங்கள் தங்கிய வெங்கட் வீட்டில் இருந்த தமிழ் காஸெட் எல்லாமே நாட்டியப் பேரொளி பத்மினி நடித்த 'தில்லானா மோகனாம்பாள்', 'சித்தி', 'வியட்நாம் வீடு' போன்ற படங்கள்.

வைகுண்ட ஏகாதசி அன்று விடிய விடிய கண் முழித்து பெருமாளை நினைத்துக்கொண்டிருந்தால் வைகுண்ட தரிசனம் கிட்டும் என்பது ஐதீகம். அதுபோல பத்மினி நடித்த படங்களையே விடிய விடிய பார்த்ததன் பலனோ என்னவோ தெரியவில்லை, காலையில் எழுந்து பார்த்தால் வரவேற்பறையில் பத்மினி உட்கார்ந்திருந்தார்.

நாங்கள் பத்மினியோடு பேசிக் கொண்டிருந்தபோது அவருக்கு இன்னமும் நடிப்பில் உள்ள ஆர்வம் புரிந்தது. நான் தயங்கித் தயங்கி ''எங்கள் நாடகத்தில் நடிக்கிறீர்களா?'' என்று விண்ணப்பித்தபோது ''ஓய் நாட்?'' என்று கூறி பத்மினி ஒப்புதல் அளிக்க, நான் ''இது கனவா. இல்லை நனவா?'' என்று குழப்பத்தில் பக்கத்திலிருந்த பாலாஜியின் கையை கிள்ளிப் பார்த்துக்கொண்டேன்.

நாட்டியப் பேரொளி பத்மினியோடுஅதுவும் நாடகத்தில் சேர்ந்து நடிக்கப்போகும் சந்தோஷத்தில் நான் இருந்தபோது, டாக்டராக பத்மினி மேடையில் நுழைந்தார். காட்சிப்படி மயங்கி விழுந்த குஷ்மா தேவியை செக்கப் செய்யவேண்டும். பிறகு நானும் பத்மினியும் பேசுவதுபோல காட்சி. சோபாலால் வேஷத்தில் இருந்த படுபாவி கிச்சா, ''டாக்டர், குஷ்மா தேவி மயக்கம் போட்டுட்டா. செக்கப் பண்ணி சொல்லுங்க, உடலும் உள்ளமும் நலந்தானா?'' என்று பத்மினியிடம் தில்லானா மோகனாம்பாள் பாடலை பொருத்தமாகக் கூற, அரங்கமே கிச்சாவின் சாமர்த்தியத்துக்கு

எழுந்துநின்று அப்ளாஸ் அளித்தது. பிறகு என்ன கிச்சா ஏதேதோ பேச, பதிலுக்கு நூற்றுக்கணக்கான படங்களில் நடித்த அனுபவம் மிக்கவரான பத்மினி பதிலடி கொடுக்க, நாங்கள் அசடு வழிய பார்த்துக் கொண்டிருந்தோம்.

அன்று இரவு நியூ யார்க் ஏர்போர்ட்டில் சென்னைக்கு ப்ளேன் பிடிக்க போனோம். மெட்ராஸ் போனவுடன் அமெரிக்க டூரில் என் கூடவே இருந்து குழி பறித்த கிச்சாவை முதல் காரியமாக ஆள் வைத்து அடிப்பது என நான் முடிவு செய்தேன்.

அப்போது எங்களை வழியனுப்ப வந்த பார்கவி சுந்தர்ராஜன், எங்களுக்குப் பிறகு அமெரிக்காவில் எல்லா இடங்களிலும் சங்கீத கச்சேரி செய்யப் போகும் பாடகி நித்யஸ்ரீயையும் அவருடைய குழுவினரையும், ''வெல்கம்டு அமெரிக்கா'' கூறி வரவேற்று அழைத்து வந்தார்.

நான் நித்யஸ்ரீயோடு பேசிக்கொண்டிருந்தபோது, தன்னுடைய கச்சேரிகளுக்கு வழக்கமாக தம்பூரா போடுபவர் தவிர்க்க முடியாத காரணத்தால் வரமுடியாமல் போனது குறித்து கூறினார் அவர். ''உங்க ட்ரூப்ல யாருக்காவது தம்பூரா போடத் தெரியுமா?'' என்று என்னிடம் நித்யஸ்ரீ கேட்க, வழக்கம்போல தம்பூரா போடும் போஸில் தலையைச் சொறிந்துகொள்ள கிச்சா கையைத் தூக்க, கிச்சாவின் அமெரிக்கப் பயணம் மீண்டும் மறு ஒளிபரப்பாகத் தொடங்கியது.